AF765557

Kukombolewa Kutoka kwa Nguvu za Giza -

Toleo Lililopanuliwa 2025

HII NI HADITHI YA KWELI YA MWafrika - MCHAWI WA ZAMANI ALIYETOLEWA NA NGUVU KUU YA MUNGU - Toleo LILILOPANUA 2025

Ukombozi kutoka kwa Nguvu za Giza Mfululizo wa 1

na

Emmanuel Eni; Zacharia Godseagle ; Balozi Monday O. O gbe ;

Table of Contents

Kuhusu kitabu – Kuokolewa kutoka kwa Nguvu ya Giza – Toleo Lililopanuliwa 2025

MUHIMU SANA — HII NI HADITHI YA KWELI YA MCHAWI WA ZAMANI WA MWafrika ILIYOTOLEWA NA NGUVU KUU YA MUNGU. KITABU HIKI SI HABARI YA KUONGOZA.

Ni ushuhuda wa kweli wa **Mchungaji Emmanuel Amos Eni** , mtu ambaye hapo awali alijihusisha sana na mambo ya uchawi, aliyeokolewa na nguvu isiyo na kifani ya Yesu Kristo.

"Mnapokwenda, hubirini... 'Mmepokea bure, toeni bure.'" — Mathayo 10:7–8
"Nendeni nyumbani kwa rafiki zenu, mkawaambie mambo yote aliyowatendea Bwana, na jinsi alivyowahurumia." — Marko 5:19
"Walimshinda kwa damu ya Mwana-Kondoo, na kwa neno la ushuhuda wao." — Ufunuo 12:11
"Heri wale wazishikao shuhuda zake, wamtafutao kwa moyo wao wote." — Zaburi 119:2
"Ninyi ni mashahidi wangu," asema Bwana, "na mtumishi wangu niliyemchagua, mpate kujua na kuniamini, na kufahamu ya kuwa mimi ndiye. Kabla yangu hakuumbwa Mungu awaye yote, wala baada yangu hapatakuwa na mwingine." — Isaya 43:10–12

Toleo Lililopanuliwa la 2025 - Uamsho Unaendelea

Miongo minne baada ya ukombozi wa kusisimua wa Mchungaji Emmanuel Amos Eni, *kitabu cha Kuokolewa kutoka kwa Nguvu ya Giza* kinaendelea kuamsha umati wa watu duniani kote — kutoka Afrika hadi Asia, kutoka Ulaya hadi Amerika. Wasomaji wadogo kwa wazee wameshuhudia kukutana na Mungu, ndoto, maono, na shauku mpya ya utakatifu baada ya kusoma kitabu hiki.

Toleo hili Lililopanuliwa la 2025 limesasishwa kwa maombi ili:

1. Fafanua na Ufafanue Muktadha

Baadhi ya wasomaji waliibua maswali ya kijiografia na kihistoria kuhusu maeneo na matukio fulani yaliyotajwa katika hadithi ya awali (kama vile Bendel na Imo).
Katika toleo hili, tumehifadhi kwa uangalifu simulizi halisi ya Emmanuel Eni huku tukitoa maelezo ya chini ya ukurasa na muktadha wa uhariri — kuhakikisha hadithi inabaki kuwa ya uaminifu lakini inaeleweka kwa vizazi vipya vya wasomaji wasiojua mipaka ya kihistoria ya majimbo au istilahi za kitamaduni za Nigeria.

2. Ongeza Maarifa ya Kiroho na Maoni

Toleo hili linajumuisha maelezo ya kina ya maandiko matakatifu kuhusu mada kama vile:

- Kuanguka kwa malaika na asili ya uovu

- Utendaji kazi wa maagano ya baharini na ya kichawi
- Muundo wa ufalme wa Shetani dhidi ya serikali ya Mungu ya nuru
- Vita visivyoonekana kati ya falme na mamlaka ya waumini katika Kristo
- Mchakato wa ukombozi wa mwamini — *ufunuo, majaribu, shambulio, na urejesho*

Nyongeza hizi zimechukuliwa kutoka kwa **Maandiko Matakatifu** , **ushuhuda wa ukombozi wa kimataifa** , na **ibada ya siku 40 "Kutoka Gizani hadi Dominion"** na *Zacharias Godseagle , Ambassador Monday O. Ogbe , na Comfort Ladi. Ogbe* — kazi saidizi inayorejelewa katika kitabu hiki chote.

3. Jumuisha Mikutano Halisi ya Kisasa

Toleo hili jipya linaanzisha **"Maswali ya Wasomaji na Mazungumzo ya Kimataifa"** — mazungumzo halisi ya ufuasi na waumini kote ulimwenguni ambao, baada ya kusoma ushuhuda wa Emmanuel, walianza kupata uamsho kama huo.
Mojawapo ya vipengele hivi ni hadithi ya ajabu ya **Ndugu Francesco** , muumini wa Kiitaliano aliyeandikia *God's Eagle Ministries* baada ya kukutana na kitabu hicho na kupokea ufunuo dhahiri wa ulimwengu usioonekana. Mawasiliano yake, yaliyojumuishwa kikamilifu, yanaonyesha jinsi Roho Mtakatifu anavyoendelea kuwafunza waumini wa kawaida leo — kupitia maombi, Maandiko, na ushauri wa kinabii.

4. Jiandae na Maombi ya Ukombozi na Utume

Mwishoni mwa sehemu muhimu, utapata **maombi ya ukombozi** , **matamko ya kila siku** , na **sala ya mwisho ya kuwaagiza** — iliyoundwa kuwaongoza wasomaji hatua kwa hatua kwenye uhuru.
Pia kuna **"Maombi ya Kuinama Kutoka Gizani" maalum** na kiungo cha **Safari ya Siku 40 ya Ufahamu na Ukombozi** , inayopatikana kupitia *Kutoka Gizani hadi Utawala* kwa wale wanaotafuta njia iliyopangwa kuelekea ushindi.

5. Rejesha, Si Badilisha

Toleo hili **halibadilishi** kiini cha hadithi ya Emmanuel Eni. Sauti yake bado haijaguswa — ushuhuda wake bado unavuma kwa uhalisi mbichi na nguvu ya kimungu.
Hata hivyo, maarifa yaliyoongezwa yanaangazia maana ya kina zaidi nyuma ya uzoefu wake, yakionyesha jinsi Mungu yule yule aliyemtoa anavyoendelea kuwaokoa wengine katika mataifa yote leo.

Kwa Nini Hili Ni Muhimu Sasa

Tunaishi katika kizazi ambacho giza halijifichi tena—linajiuza lenyewe. Lakini Mungu anawainua mashahidi wake tena, akiwaita wanaume na wanawake kutoka katika udanganyifu na kuwatawala.
Kitabu hiki kinabaki kuwa tarumbeta ya kinabii kwa nyakati—kikifichua yaliyofichwa, kikikabili yale yanayovumiliwa, na kuwawezesha waumini kutembea katika utambuzi na ushindi.

Kila msomaji anayefungua kurasa hizi apate neema ile ile inayobadilisha maisha iliyomwokoa Emmanuel Eni — na kujiunga na kundi la kimataifa la wale **waliookolewa kutoka gizani na kutumwa katika nuru yake ya ajabu.**

"Mungu wa amani atamponda Shetani chini ya miguu yenu hivi karibuni." - Warumi 16:20

Kuhusu Mwandishi

(Toleo Lililopanuliwa la 2025 – Likiwa na Maarifa ya Uhariri na Maelezo)

Jina langu ni **Emmanuel Eni** — hii ni hadithi ya kweli ya rehema, neema, na upendo usiokoma wa Mungu juu ya maisha yangu.

Biblia inasema, *"Mlee mtoto katika njia impasayo, naye atakapokuwa mzee hataiacha"* (Mithali 22: 6).

Hii ni hadithi ya kazi za Mungu zenye nguvu, za ajabu, na za siri, zilizoandikwa kwa kutii amri ya Bwana Yesu Kristo, ambaye aliniambia, *"Nenda ukashuhudie nilichokufanyia."*

Mara nyingi mtu hufikiria bahati mbaya kama kitendo cha hatima ambacho hakiwezi kubadilishwa. Kwa kiasi fulani hii ni kweli, lakini kwa mtoto wa Mungu, kila maisha yamepangwa kimungu (Mithali 16: 9). Ikiwa mpango huo utatimizwa au la inategemea mambo kadhaa - ukaribu wa mtu na Mungu, uelewa wake wa kusudi kuu la maisha, na mazingira yanayounda malezi yake ya kiroho.

Mwendo wa kila maisha hupingwa kila mara na nguvu za nje. Mgogoro huja tunaposalimisha **mapenzi yetu** — kwa ajili ya mema au mabaya. Mapenzi ya kumtii Mungu ndiyo nguvu kubwa zaidi ya mwamini mchanga, huku mapenzi ya kutotii ndiyo nguvu ya uharibifu zaidi mikononi mwa mwenye dhambi.

Mtoto aliyeachwa peke yake duniani hivi karibuni atatawaliwa na moja kati ya nguvu mbili: **nzuri au mbaya** ,

nuru au giza , **Mungu au shetani** . Kila roho lazima ichague ni bwana gani wa kumtumikia. Ndiyo maana Maandiko yanasema, *"Mlee mtoto katika njia impasayo, naye atakapokua hataiacha."*

Utakubali kwamba mtu mpendwa na wa karibu zaidi na moyo wa mtoto ni mama yake. Hata hivyo, yatima yuko katika hatari maradufu — kimwili na kiroho. Mama hulinda mwili na roho; wazazi wote wawili wanapopotea, na hasa kupitia hali za ajabu, mtoto hukabiliwa na mashambulizi ya giza.

Hadithi yangu ilianza zaidi ya miongo miwili iliyopita katika kijiji kidogo kinachoitwa **Amerie Iriegbu Ozu Item** , iliyoko katika **Serikali ya Mtaa ya Bende (sasa ni sehemu ya Jimbo la Abia , lakini hapo awali ilikuwa ndani ya Jimbo la Imo wakati wa hadithi hii)** . Wazazi wangu hawakuwa miongoni mwa matajiri, lakini baba yangu alikuwa amerithi hekta arobaini na mbili za ardhi kutoka kwa babu yangu — baraka ambayo iligeuka kuwa msiba mkubwa zaidi katika historia ya familia yetu.

Kwa sababu ya urithi huu, baba yangu alionewa wivu na jamaa wa karibu na wa mbali. Sikuelewa wakati huo, lakini wivu na uchoyo vikawa mlango ambao chuki na uharibifu wa kishetani viliingia ndani ya nyumba yetu. Kile kilichoanza kama wivu wa kawaida kiligeuka kuwa matukio ya ajabu ambayo yangebadilisha maisha yangu milele.

Kujitolea

Kwa utukufu wa Mungu Baba, Mwana, na Roho Mtakatifu—
anayetuokoa kutoka gizani na kutuita katika nuru yake ya ajabu.

Ushuhuda huu umetolewa kwanza kabisa kwa **Bwana na Mwokozi wetu Yesu Kristo** ,
Mwanakondoo wa Mungu aichukuaye dhambi ya ulimwengu, ambaye huruma yake ilifika kwenye vilindi vya giza na kuleta ukombozi kwa roho iliyopotea hapo awali lakini sasa inawaka kwa kusudi.

Kwa **Mchungaji Emmanuel Amos Eni** , ambaye ujasiri wake wa kufichua kazi zilizofichwa za giza
umewaangazia vizazi na unaendelea kuwakomboa mateka kupitia nguvu ya ukweli. Utiifu wako kwa maono ya mbinguni unabaki kuwa taa ya matumaini na onyo kwa mataifa.

Kwa wote waliokombolewa kwa nguvu ya Yesu Kristo,
uhuru wenu uwe ushuhuda kwa wengine waliofungwa.

Kwa Kanisa linaloomba—Bibi Harusi wa Kristo—
simulizi hii na iwashe moto wako tena kwa ajili ya utakatifu, uangalifu, na huruma.

"Kwa maana Mwana wa Adamu alikuja kutafuta na kuokoa kile kilichopotea."
(Luka 19:10)

Shukrani

Kwa shukrani kubwa, tunatambua na kuheshimu:

- **Mchungaji Emmanuel Amos Eni** , chombo kilichochaguliwa na shahidi wa ukombozi kutoka katika vilindi vya udanganyifu wa kishetani. Ushuhuda wako unabaki kuwa tarumbeta ya kimungu—kuwaamsha waumini kwenye uhalisia wa kiroho na kuinua ukuu wa Yesu Kristo. Maisha yako yanaendelea kuthibitisha kwamba hakuna giza lililo zito sana kwa rehema ya Mungu.
- **Bwana Yesu Kristo** , Mwanzilishi wa Wokovu, Mkombozi wa roho, na Mfalme wa Utukufu wa Milele—ambaye nguvu zake huvunja kila mnyororo, huponya kila jeraha, na hurejesha kusudi kwa waliopotea.
- **Roho Mtakatifu** , Mfunuaji wa Ukweli na Mtegemezaji wa waliokombolewa—ambaye huwashawishi, huwapa nguvu, na kuwafariji wote wanaomfuata Kristo kwa uaminifu.
- **Wahudumu waaminifu, waombezi, na wanafunzi wa Yesu Kristo** kote katika mataifa, wanaobeba mwenge wa ukweli na maombi ya vita katika nyumba, mimbari, na jamii. Msimamo wenu kwa ajili ya haki unatikisa ufalme wa giza.
- **Mwili wa Kristo wa kimataifa** , ulioamshwa na ushuhuda huu wa uangalifu wa kiroho, huruma kwa waliopotea, na kujitolea kwa usafi katika maisha na mafundisho.
- **Timu ya uchapishaji na urejesho** katika *God's Eagle Ministries (GEM)* na *Otakada.org* , chini ya uongozi wa **Balozi Monday O. Ogbe** , ambaye dhamira yake

ya *"Kupanda Mataifa kwa Neno la Mungu—Uhai Mmoja kwa Wakati"* inahakikisha kwamba mwanga wa ushuhuda huu unafika kila kona ya dunia.

- **Washirika na wasaidizi duniani kote** , ambao kupitia maombi, kutoa, na kutia moyo, wanaendelea kuwezesha kuleta jumbe za ukombozi, ufuasi, na mabadiliko kwa ulimwengu unaohitaji ukweli na matumaini.

Hatimaye, shukrani zote zinamrudia **Yeye anayetawala milele—**
Alfa na Omega, wa Kwanza na wa Mwisho, ambaye kila goti litapigwa na kila ulimi utakiri:
Yesu Kristo ni Bwana.

"Kwake Yeye atupendaye na kutuweka huru kutoka katika dhambi zetu kwa damu yake,
na kutufanya kuwa ufalme na makuhani, tumtumikie Mungu na Baba yake -
utukufu na nguvu viwe kwake milele na milele. Amina."
(Ufunuo 1:5-6)

Kuhusu Mchapishaji – Gods Eagle Ministries – Otakada.org

"Kupanda Mataifa, Kubadilisha Maisha."

Huduma za God's Eagle (GEM) *— pia zinajulikana kama Otakada.org — ni harakati ya Kikristo isiyo na mipaka na jukwaa la vyombo vya habari linaloongozwa na Roho lililojitolea kuleta uponyaji, ukombozi, ufuasi, na urejesho kwa mataifa kupitia ukweli usiopitwa na wakati wa Neno la Mungu.*

Sisi ni ***Kanisa lisilo na kuta, mipaka, au madhehebu*** *, linaloitikia wito wa Yesu katika Yohana 17:21–23 — "Ili wote wawe kitu kimoja."*

Maono Yetu

Kujenga ***Ulimwengu wa Kikristo Wenye Umoja*** *— ambapo waumini hutembea katika umoja wa kiroho, wakiwezeshwa na ukweli, wakiongozwa na Roho Mtakatifu, na kubadilishwa kupitia ufuasi unaotegemea utii.*

Dhamira Yetu

"Kupanda Mataifa kwa Neno la Mungu - Maisha Moja kwa Wakati."

Kupitia vitabu kama "Kutolewa kutoka kwa Nguvu ya Giza," GEM inaangazia nuru ya Yesu katika sehemu zenye giza, ikifunua nguvu Yake ya kuokoa, kuponya, na kukomboa. Tunafanya hivi kwa:

- *Kuchapisha na kusambaza* ***nyenzo za ufuasi wa Kikristo na ukombozi*** *katika zaidi ya* ***nchi 66***
- *Kuandaa* ***safari ya kiotomatiki ya siku 40 ya uanafunzi*** *kwenye Otakada.org*
- *Kushiriki katika huduma za* ***ushauri nasaha, maombi, uponyaji, na ukombozi duniani kote***
- *Kushirikiana na* ***karama tano za huduma*** *ili kuuandaa Mwili wa Kristo kwa ajili ya umoja na ukomavu*
- *Kuunda na kusambaza* ***zaidi ya maudhui milioni 2 yanayozingatia Ukristo*** *duniani kote*

Maadili Yetu ya Msingi

Ujasiri • Uadilifu • Ubora • Kutokuwa na woga • Ubunifu • Kasi • Hisani

Shauku Yetu

Tuna shauku ya kuwasaidia waumini kupata ***uhuru kamili katika Kristo*** *— roho, nafsi, na mwili.*
Kupitia ushuhuda halisi kama vile "Kukombolewa kutoka kwa Nguvu za Giza," tunatangaza ushindi wa Msalaba na nguvu ya Roho Mtakatifu inayobadilisha juu ya kila aina ya utumwa.

Maneno Saba ya Msingi ya Tunachofanya

1. ***Kushiriki katika ujumbe wa Umoja kwa Makanisa:*** *Tunashirikiana na madhehebu tofauti, tukiwahimiza kushirikiana.*
2. ***Maombi na Kufunga kwa Mwaka:*** *Kila mwaka, tunatoa* ***siku 40*** *(Machi 17 - Aprili 26) kuombea Kanisa na uongozi kwa mada kuu ya* ***umoja, uamsho, na ufuasi*** *.*
3. ***Uchapishaji:*** *Tumechapisha* ***zaidi ya vitabu 65 vya uanafunzi*** *vilivyoandikwa nasi na* ***zaidi ya vitabu 100*** *kwa waandishi wengine Wakristo, na kusambazwa katika* ***nchi 66*** *.*
4. ***Usambazaji wa Maudhui Duniani:*** *Tumeunda, tumekusanya, na kusambaza* ***zaidi ya rasilimali milioni 2 za Kikristo*** *kutoka kwa karama mbalimbali za huduma zenye vipengele vitano.*
5. ***Ufuasi wa Siku 40 wa Kiotomatiki na Yesu:*** *Safari inayoongozwa inayoendeshwa kwenye* ***Otakada.org*** *, inayofikiwa na waumini duniani kote.*
6. ***Ushauri na Marejesho:*** *Tunawashauri Wakristo duniani kote (mtandao + ana kwa ana) Mungu anapoleta* ***uponyaji, ukombozi, na marejesho*** *—* ***roho, nafsi, na mwili*** *.*
7. ***Kitendo cha Kinabii:*** *Tukiongozwa na Roho Mtakatifu, tunafanya* ***vitendo vya kinabii*** *na* ***kuweka wakfu maeneo*** *kwa Bwana.*

Kidogo Kuhusu Umoja (Uwazi wa Kibiblia)

- **Umoja wa Roho (Waefeso 4:3):** Ukweli *uliopo* kati ya waumini—uliohifadhiwa kupitia unyenyekevu, upendo, na kifungo cha amani. Hatuuumbi bali **tunaulinda** .

- **Umoja wa Imani (Waefeso 4:13):** Shabaha *ya ukuaji* —inayopatikana kadri Kanisa linavyokua katika **kumjua Mwana wa Mungu** kupitia **ufuasi unaotegemea utii** .

Hii ina maana kwamba umoja wetu ni **wa kimahusiano (katika Roho)** na **wa kimaumbile (katika ukomavu kama wa Kristo)** —sio umoja tu, bali **umoja katika Yesu** katika madhehebu na mataifa.

Ufikiaji Wetu wa Kimataifa

- *Zaidi ya **vitabu 500 vilivyoandikwa** na **Balozi Monday O. Ogbe** na timu ya GEM*
- *Uwepo hai katika **mataifa 66+***
- *Ufikiaji wa kila mwezi wa **watu zaidi ya 500,000 mtandaoni na nje ya mtandao***
- ***Maombi na Kufunga kwa Siku 40 za Kila Mwaka Duniani** (Machi 17 - Aprili 26) kwa ajili ya uamsho, umoja, na urejesho*

🔗 ***Mifumo Yetu ya Huduma***

- *Otakada.org — Ufuasi, ukombozi, maombi, na huduma ya kinabii*
- *Shop.Otakada.org — Vitabu, kozi za kielektroniki, na zana za ukuaji wa Kikristo*
- ***Kurasa za Mwandishi wa Amazon:***
    - *Zacharias Godseagle / Balozi Jumatatu O. Ogbe – Ukurasa wa 1 - https://www.amazon.com/stores/Zacharias-Godseagle/author/B0FCZ89D4K*

- *Balozi Jumatatu O. Ogbe – Ukurasa wa 2 https://www.amazon.com/stores/author/B07MSBPFNX/allbooks*
- ***Vituo vya YouTube:***
    - *Huduma za Tai wa Mungu (Kuu) https://www.youtube.com/@godseagleministries - Mafundisho na ushuhuda*
    - *Balozi Jumatatu O. Ogbe (Hivi karibuni) https://www.youtube.com/@AmbassadorMondayogbe – Filamu na Uinjilisti wa Kimataifa*

Ungana Nasi

Barua pepe: *ambassador@otakada.org*
WhatsApp / Simu: *+1 804-778-2759 (Whatsapp) | +1 302-492-2440 | +234-803-283-5348 (Whatsapp)*
Blogu: *otakada.org/blog*
Mshirika au Toa: *Bonyeza Hapa*

Uwepo Wetu wa Kimataifa

- ***Pwani ya Mashariki Marekani:*** *3825 Lancaster Pike, Wilmington, DE*
- ***Pwani ya Mashariki Marekani:*** *4510 Burkes Promise Drive, Bowie, Maryland*
- ***Pwani ya Magharibi Marekani:*** *1985 Del Amo Blvd, Torrance, CA*
- ***Makao Makuu ya Afrika Magharibi:*** *Makazi 8 ya Sahaba, Lugbe, Abuja*
- ***Makao Makuu ya Afrika Magharibi:*** *14 Olalere Close, Nje ya Millionaire Quarters, Jos North, Jos, Plateau State*

Mawasiliano ya Uongozi wa Mchapishaji

Balozi Jumatatu O. Ogbe , jina bandia - Zacharias Godseagle

Mwanzilishi, Mwandishi, na Mhubiri Msafiri
Huduma za Tai wa Mungu – Kanisa Lisilo na Kuta, Mipaka au Madhehebu

"Pamoja, tujenge Mwili, tuwaponye waliovunjika, na tuunganishe Kanisa - Kwa Roho Wake!"
Shalom!

Dibaji ya Mhariri — Toleo la 2025 Lililorejeshwa na Kupanuliwa

"Nao wakamshinda kwa damu ya Mwana-Kondoo na kwa neno la ushuhuda wao." — Ufunuo 12:11

Zaidi ya miongo minne iliyopita, mtu mnyenyekevu aitwaye **Emmanuel Eni** alinyakuliwa kutoka kwenye vilindi vya giza na rehema isiyozuilika ya Yesu Kristo.
Hadithi yake — ambayo mara moja ilichapishwa kwenye trakti rahisi na kupitishwa mkono kwa mkono kote Afrika — tangu wakati huo imefikia kila bara, ikibadilisha mioyo, ikifichua udanganyifu, na kuamsha kanisa kwenye vita visivyoonekana kwa ajili ya roho za wanadamu.

hili la **2025 Lililorejeshwa na Kupanuliwa** si la kuandikwa upya, bali ni *mwangaza upya* .
Tumehifadhi kwa uangalifu uhalisi wa sauti ya Emmanuel Eni huku tukiongeza uwazi, muktadha uliothibitishwa, na kina cha maandiko kwa kizazi kipya kinachokabiliana na nguvu zile zile za kale zilizojificha kisasa.

Leo, giza huvaa nguo mpya — teknolojia, burudani, mikataba ya siri, na kujiabudu. Lakini vita vinabaki vile vile. Ushuhuda na ibada zilizoongezwa hapa zinaonyesha kwamba kile Yesu alichofanya kwa ajili ya mtu mmoja, bado anakifanya kwa wote. Kuanzia New York hadi Nairobi, kuanzia patakatifu hadi kwenye skrini, nuru yake bado inavamia kila ulimwengu wa giza.

Maombi yetu ni kwamba unaposoma kurasa hizi, hofu itaachwa na imani, kwa sababu imani huja kwa kusikia na kusikia kwa neno la Mungu na udadisi utaachwa na kusadiki. Naomba uone zaidi ya hisia za ajabu katika ukombozi - kwamba hii si tu ungamo la mwanadamu, bali ufunuo wa Mwokozi mwenye rehema.

Toleo hili pia linajumuisha **Safari ya Ukombozi ya Siku 40** iliyoundwa ili kuwasaidia wasomaji sio tu kushuhudia ukombozi bali pia *kutembea* katika utawala — katika nyumba, mataifa, na maeneo ya kidijitali. Kila siku huchanganya Maandiko, tafakari, na sala ya kinabii, na kufikia kilele katika wito wa kimataifa kwa waumini kuinuka kama mashahidi na wakombozi kwa kizazi chao.

"Huwezi kufuasa kile ambacho hujakifikisha;
huwezi kutawala pale ambapo bado umefungwa."

Tunakualika usome kwa maombi, kwa utambuzi, na kwa moyo ulio wazi.
Mungu yule yule aliyemkomboa Emmanuel Eni bado anaokoa leo. Na kwake Yeye pekee uwe utukufu, heshima, na utawala milele.

Katika kuhariri toleo hili, nimeshuhudia moja kwa moja jinsi kitabu hiki sasa kinavyounganisha mabara. Jumbe hufika kila siku—kutoka Italia, Ujerumani, Kenya, Marekani, Nigeria, na kwingineko—kila moja likiwa na swali, ndoto, au ushuhuda wa uhuru mpya. Wanaume na wanawake ambao hapo awali waliogopa yasiyoonekana sasa wanagundua kwamba ufunuo kutoka kwa Mungu bado unazungumza leo kupitia Roho Wake.

Ili kuhudumia njaa hii inayoongezeka, tumeunda jukwaa la mazungumzo linaloendelea ndani ya **jumuiya za uanafunzi za GEM duniani** (zilizoorodheshwa mwishoni mwa juzuu hii). Hapo, wasomaji wanaweza kushiriki uzoefu wao, kuwasilisha maswali, na kujifunza Maandiko yanayoangazia hadithi ya Emmanuel Eni—kama vile Ndugu Francesco kutoka Italia alivyofanya. Miingiliano hii inatukumbusha kwamba hadithi haijakamilika; inaongezeka. Pata maelezo zaidi katika kichwa cha habari **"Maswali ya Wasomaji, Mazungumzo ya Kimataifa, na Shule ya Ukombozi"**

Kuokolewa kutoka kwa Nguvu za Giza kumekuwa kitabu na harakati—darasa la kimataifa ambapo Roho Mtakatifu ndiye Mwalimu na Kristo ndiye Somo.

— Balozi Monday O. Ogbe

Mwanzilishi, Mhariri wa **God's Eagle Ministries (GEM)** , *Aliyeokolewa kutoka kwa Nguvu ya Giza — Toleo Lililorejeshwa na Kupanuliwa (2025)*

Sura ya 1 - Kutoroka Kwangu Kwenye "Maisha Mapya"

(Toleo Lililopanuliwa la 2025 – Likiwa na Maarifa ya Uhariri na Maelezo)

"Mlee mtoto katika njia impasayo, naye hataiacha, atakapokuwa mzee" (Mithali 22: 6).

Hii ni hadithi ya kazi za Mungu - zenye nguvu, za ajabu na za ajabu - kwa kutii amri ya YESU KRISTO kwangu akisema: "Nenda ukashuhudie nilichokufanyia."

(Dokezo la Mhariri – Sasisho la 2025: Kitabu kinaanza na utii wa moja kwa moja kwa wito wa Kristo wa kushuhudia – Marko 5:19 . Kila ushuhuda ni silaha dhidi ya giza – Ufunuo 12:11.)

Kwa kawaida mtu hufikiria bahati mbaya kama kitendo cha hatima na kwamba hatuwezi kufanya chochote kubadilisha matukio ya maisha yetu. Kwa kiasi fulani hii ni kweli. Kwa upande wa mtoto wa Mungu, maisha yake yamepangwa (Mithali 16: 9). Ikiwa mpango huo utatimizwa au la inategemea mambo kadhaa, ukaribu wa mtu binafsi na Mungu, mtazamo wake kuhusu kusudi kuu la maisha, na mazingira ya kijamii na kiroho anayojikuta.

(Ufahamu wa Kiroho: Ukuu wa Mungu haufuti wajibu wa mwanadamu. Kuendana na mapenzi Yake ndiko kunakogeuza mpango kuwa hatima.)

Mwendo wa maisha yako unachangamoto kutokana na mambo fulani ya nje. Mgogoro unafikiwa unapoacha WILL yako kwa njia moja au nyingine, kwa mema au mabaya. Unaweza kupenda au kuchukia. Unaweza kutaka kuelewa au kutoelewa. Nia ya kutii ndiyo nguvu kubwa zaidi ya Mkristo aliyezaliwa hivi karibuni, huku nia ya kutotii ikiwa ndiyo nguvu inayoharibu zaidi ya mwenye dhambi.

Mtoto anapoachwa peke yake duniani anatawaliwa na moja kati ya nguvu mbili: nzuri au mbaya, sahihi au mbaya, Mungu au shetani. Kila mtu anapingwa na nguvu hizi mbili za uzima, na kila mmoja lazima achague ni maisha gani anapaswa kuishi. Nami naamini hivyo ndivyo Biblia inavyosema: "Mlee mtoto katika njia impasayo, naye atakapokua hataiacha ." Utakubali kwamba mtu mpendwa na wa karibu zaidi kwa moyo wa mtoto yeyote ni mama yake. Yatima ni mtoto mwenye bahati mbaya na aliye katika hatari zaidi ya kushambuliwa na shetani kuliko watoto wenye wazazi. Mama ni mlinzi wa mwili na roho lakini inakuwa janga maradufu wakati wazazi wote wawili wanapotea na zaidi katika hali nyingi za ajabu.

(Muktadha wa Kitamaduni: Katika vijiji vingi vya Kiafrika, yatima huonekana kama shabaha dhaifu za shutuma za uchawi au shambulio la kiroho kwa sababu hawana ulinzi na ulinzi wa urithi.)

Hadithi yangu ilianza miaka 22 iliyopita katika kijiji kidogo kinachoitwa **Amerie Iriegbu Ozu Item** katika **Mamlaka ya Serikali ya Mtaa ya Bende, Jimbo la Imo.** Wazazi wangu hawakuwa miongoni mwa matajiri lakini baba yangu alipewa fursa ya kurithi hekta 42 za ardhi kutoka kwa babu yangu, baraka ambayo leo imeleta msiba mkubwa zaidi kuwahi kurekodiwa katika historia ya familia. Baba yangu alionewa wivu sana na jamaa zake wa mbali na wa karibu kwa sababu ambazo sijui, labda kwa sababu ya urithi wake mkubwa wa ardhi.

Abia la leo . Eneo hili linajulikana kwa urithi wa kina wa familia na ushindani wa ardhi ambao wakati mwingine huingia katika vitendo vya kulipiza kisasi vya kishirikina.)

Tulikuwa familia yenye furaha, wazazi wangu wakiwa wametuzaa wanne: Love, Margaret, Emmanuel na Chinyere. Baada ya kupata binti wawili wa kwanza, wazazi wangu walisubiri kwa miaka 14 kabla ya kupata mimi (mwana pekee) na baadaye dada yangu mdogo Chinyere. Hii ilileta furaha ya kweli kwa familia lakini furaha hii ilikuwa ya muda mfupi kwani msiba wa kwanza ulitokea. Mama yangu mpendwa na mlezi alifariki. Alidaiwa kufa kutokana na uchawi, na miaka minne baadaye baba yangu alifariki, tena kupitia kazi ya juju iliyodaiwa kumhusu. Miaka miwili baada ya kifo cha wazazi wote wawili dada yangu mkubwa, Love, alitoweka kwa njia ya ajabu na Margaret, binti wa pili wa wazazi wangu, akaingiwa na wasiwasi. Ilikuwa ni msururu wa misiba katika maisha ya familia ya unyenyekevu na yenye furaha.

(Tafakari ya Kiroho: Wivu wa kizazi na laana za ardhi ni sehemu za kawaida za kushambulia mapepo – Yakobo 3:16 "Maana penye wivu na tamaa ya ubinafsi, ndipo penye machafuko na kila tendo baya.")

Mimi na dada yangu mdogo Chinyere tulipelekwa kwa babu na bibi zetu. Huko nilikamilisha elimu yangu ya msingi na baadaye nikakubaliwa katika Shule ya Upili ya Item. Nilisoma hadi Darasa la III na kuacha shule kutokana na ukosefu wa fedha za karo n.k. Muda mfupi baada ya hapo, babu na bibi zangu pia walifariki. Baada ya sherehe zote zinazoambatana na mazishi, jamaa asiyejulikana alimchukua dada yangu mdogo Chinyere, na hadi leo sijui aliko. Nililazimishwa na unyanyasaji mkali kurudi nyumbani kwa baba yangu, na huko kuishi peke yangu nikiwa na umri wa miaka 13. Mtoto wa miaka 13 anawezaje kujilisha katikati ya maadui wa baba yake na hivyo maadui zake mwenyewe? Niliogopa sana! Matukio haya yalionekana kunifikisha mwisho wa maisha yenye thamani. Je, kulikuwa na mtu yeyote aliyejali? Je, kulikuwa na mtu yeyote aliyekuwa na wasiwasi kuhusu "msiba wa mvulana mdogo?"

(Dokezo la Kisaikolojia: Uyatima wa mapema chini ya uadui huunda roho kubwa ya kukataliwa na hofu ambayo adui baadaye hutumia kupitia ofa za uwongo za ulinzi na mamlaka.)

Siku moja nilikutana na rafiki niliyemjua wakati wa shule ya msingi aitwaye **Chinedum Onwukwe .** Chinedum alinipenda sana na baada ya kusikia yote yaliyonipata, alinipeleka kwa wazazi wake ambao walinipokea kwa urahisi na kunichukua kama mwana wa pili. Maisha yalirudi katika hali ya kawaida tena. Nilitunzwa vizuri. Nilikuwa na furaha tena: ndipo nilipojua kwamba Mungu ambaye mama yangu alimwomba alipokuwa hai alikuwa hai mahali fulani hivyo alinipa wazazi wapya, kwa hivyo nilifikiria akilini mwangu. Nilifurahia wema huu kwa takriban miaka miwili kisha shetani akanipiga tena.

Chinedum na wazazi wake walikuwa wakisafiri kwenda Umuahia na gari lao likagongana na gari lililokuwa limebeba lateriti. Chinedum na wazazi wake walifariki papo hapo! Niliposikia habari hizo nilianguka. Huzuni yangu ingeweza kufikiriwa vyema. Niliweza kuishi katika sherehe ya mazishi, nikiwapa wale wanaopika kuni na kufanya kazi za ziada: mwishowe nilirudi nyumbani kwa baba yangu na kuendelea na kazi za kawaida ili niweze kulisha.

(Tafakari ya Mhariri: Hasara inayorudiwa huzaa mzunguko wa kiwewe ambao nguvu za giza mara nyingi hutumia kuishawishi roho kupitia uchungu au hamu ya kulipiza kisasi.)

Niliendelea kufanya kazi za ajabu shambani, kwenye bustani, nikienda kuvua samaki na wazee hadi siku moja, mwanamume mmoja kutoka eneo langu aliniajiri kufanya kazi katika shamba lake kwa shilingi elfu 50. Katika shamba aliniuliza maswali kadhaa. Kwanza, aliniomba nimwonyeshe ardhi ya baba yangu; pili, kumkabidhi mtu ardhi hiyo, bila kujali alikuwa na uhusiano wa karibu kiasi gani. Katika hali yoyote nilipinga na akakasirika. Kisha akaapa kuniua msituni. Niliogopa na kukimbia na kupiga kelele kuomba msaada. Kwa bahati mbaya, kwa sababu eneo hilo lilikuwa mbali sana kwenye msitu mnene, hakuna mtu aliyekuja lakini msaada ulitoka kwa Mungu. Alinifuata kwa kisu chake lakini kwa kuwa nilikuwa mdogo nilikuwa mwepesi sana kwake na nikaanguka kwenye shimo lenye kina cha kama mita 1.82 na kufunikwa na nyasi ndani yake. Alinitafuta na baada ya muda akakata tamaa. Baadaye nilijitahidi kutoka shimoni na kupitia njia nyingine kurudi kijijini. Niliripoti tukio hilo kwa wazee katika eneo hilo lakini hakuna hatua iliyochukuliwa - hali ya kawaida ya yatima.

(Dokezo la Kihistoria: Kobo 50 katika miaka ya 1970 Nigeria ilikuwa nusu ya naira moja - chini ya senti kumi za Marekani leo - ikionyesha kiwango cha umaskini wa enzi hiyo.)

Tukio hili lilileta chuki ya kweli moyoni mwangu mdogo; hakuna aliyenipenda, hakuna aliyejali. Nilitafakari akilini mwangu kwa nini mtu yeyote angependa kuniua akijua sina wazazi. Maisha yalikuwa yamejaa taabu. Sasa najua kwamba Mungu katika upendo wake alimzuia shetani asinipendekeze kujiua.

Niligeukia Kanisa na kuwa mshiriki kamili wa kanisa la Assemblies of God katika kijiji changu (mimi bado ni mshiriki) lakini kwa bahati mbaya hakuna aliyejali hata wakati baadhi ya waumini walinijua. Ni muhimu kutambua kwamba nilipata kuwa mshiriki kamili wa kanisa bila kumjua Yesu Kristo. Sikujua kamwe maana ya KUZALIWA UPYA. Ukiwa katika Kanisa la Yesu Kristo na ukajikuta katika hali niliyojikuta nayo, mpe Bwana Yesu Kristo maisha yako. Maandiko yanasema: "Mwache awe na wasiwasi na mahangaiko yetu yote, kwa maana Yeye huwafikiria wewe kila wakati na kuangalia kila kitu kinachokuhusu" (1 Petro 5: 7 – Kuishi Agano Jipya).

(Dokezo la Mafundisho: Uanachama wa kanisa si wokovu. Wokovu ni kuzaliwa upya kibinafsi kupitia imani katika Kristo - Yohana 3: 3–7.)

Katikati ya ugumu na mateso haya yote ALICE alionekana! Alice alikuwa msichana niliyemjua wakati wa shule yangu ya msingi. Alikuwa na umri wa miaka mitano na kutoka kijiji kimoja. Tulikuwa darasa moja, tuliketi kwenye benchi moja na tukawa marafiki sana. Kwa mapenzi ya utotoni, tuliahidi 'kuoa' tutakapokuwa wazee. Ni upuuzi! Mtoto wa miaka 11 wakati huo, bila wazazi, bila elimu, bila chakula cha kula, akiahidi ndoa na msichana aliyemzidi umri kwa miaka mitano! Baadaye Alice aliondoka kwenda Akure kwa ajili ya elimu yake ya sekondari na akanitumia barua nyingi za 'mapenzi'.

Wakati mwingine nilipokutana na Alice, nilikuwa na umri wa miaka 15 na yeye alikuwa na umri wa miaka 20. Alikuwa amemaliza elimu yake ya sekondari na alikuwa akifanya kazi na Standard Bank Lagos (sasa Benki ya Kwanza), ambapo wazazi wake waliishi.

Alice baada ya kujua historia yangu na hali yangu alitumia fursa hiyo. Aliniambia nijiunge naye Lagos na akanipa anwani yake ya nyumba yenye N50 (Naira: Sarafu ya Kitaifa ya Nigeria)! Hiyo ilikuwa bahati kwa mvulana mdogo wa miaka 15 ambaye hajawahi kupata hadi N2 kwa siku! Hii ilikuwa mana kutoka mbinguni na hii ilimaanisha kwamba Lagos lazima iwe mahali pazuri penye pesa nyingi na vitu vizuri vya maisha kwa wote kufurahia. Kisha lazima niende Lagos kupata pesa zangu mwenyewe na kupata utajiri pia. Kuenda Lagos akilini mwangu ilikuwa njia pekee ya kutoroka. Kutoroka kutoka kwa maadui wa baba yangu, kutoroka kutoka kwa maadui zangu, kutoroka kutoka kwa njaa na matatizo yangu YOTE. Kutoroka! Kutoroka! Ndiyo, kutoroka kutoka kwa uovu wote!!!

(Tafakari ya Mhariri: "Kutoroka" inakuwa mada ya kiroho katika ushuhuda huu wote — kilio cha wanadamu kukimbia maumivu, na kugundua tu kwamba uhuru bila Kristo husababisha utumwa mkubwa zaidi. Kutoroka kwa kweli kunapatikana tu katika Yesu Kristo.)

Funguo za Ukombozi kutoka Sura ya 1

- Mpango wa Mungu kwa maisha yako unabaki hata kupitia msiba.
- Uchungu hufungua mlango wa utumwa; msamaha hufungua mlango wa uhuru.
- Kuhudhuria kanisani bila kuzaliwa upya hakutoi kifuniko.
- Kila jaribio la "kutoroka" nje ya Kristo linakuwa mtego wa adui.

Sala ya Tafakari

Bwana Yesu, asante kwa kutokuniacha hata katika mateso. Ninasalimisha kila maumivu yaliyofichwa, kila hofu, na kila jaribio la kutoroka bila Wewe. Niokoe kutoka kwa kila laana ya kizazi na uniongoze katika kusudi lako. Amina.

Sura ya 2 - Kuanzishwa

(Toleo Lililopanuliwa la 2025 — maelezo mafupi)

"Iko njia ionekanayo kuwa sawa machoni pa mtu, lakini mwisho wake ni njia za mauti." Mithali 14:12
"Lakini waovu ni kama bahari iliyochafuka, ambayo haiwezi kutulia, ambayo maji yake hutoa matope na udongo. Hakuna amani, asema Mungu wangu kwa waovu." Isaya 57:20-21

(Ufahamu: Mistari hii inaunda sura—kile kinachoonekana kama "msaada" na "uhuru" nje ya Kristo ni njia ya kuingia katika utumwa na machafuko. Tazama Yohana 8:44; Yohana 10:10.)

Na maisha nje ya Yesu Kristo ni kama yalivyoelezwa katika Maandiko hapo juu. Niliondoka kijijini kwangu nikiwa na N50 na anwani niliyopewa na Alice, nikikimbilia uhuru, uhuru, starehe na yote yanayoambatana nayo: lakini kama utakavyoona baadaye ilikuwa mbali na niliyokuwa nimefikiria katika moyo wangu mdogo. Nilipofika Lagos, ilikuwa nzuri sana machoni mwangu na niliilinganisha na Mbingu, chochote kile Mbingu ilivyo. Niliona majengo hayo yote marefu na mazuri na kila uso niliweza kuona furaha (kwa hivyo nilifikiri). Watu walionekana wakiwa na shughuli nyingi kila mmoja akiangalia mambo yake. Nilifurahi na kujiambia, "Sasa najua niko huru!"

(Dokezo la kihistoria: Mwishoni mwa miaka ya 1970, Lagos—wakati huo ikiwa mji mkuu wa Nigeria—ilitabiri ustawi na usasa. Vijana wengi wa vijijini walihamia huko,

na kufanya jiji hilo kuwa kivutio kikubwa kwa makanisa na jamii za siri za kichawi.)

Nilifika Akintola Road, Kisiwa cha Victoria na kupokelewa vyema na Alice na wazazi wake. Wazazi walinijua mimi na historia yangu kwani tulitoka kijiji kimoja lakini hawakujua kamwe kuhusu uhusiano wangu na binti yao. Kisha Alice alinitambulisha kwao kama mwanaume ambaye 'amemchagua' kumuoa. Wazazi walishtuka lakini baada ya mazungumzo machache naye, walikubaliana kwa sharti kwamba wangeendelea na masomo yangu. Alice alikataa ofa yao na kuomba niruhusiwe kuishi naye katika nyumba yake mwenyewe. Wazazi hawakuweza kukubali hili lakini alisisitiza. Walikuwa na hoja nzito kwa siku nne na chini ya ushawishi usioelezeka walikubali na mimi nikahamia kwa Alice.

(Kidokezo cha utambuzi: Shinikizo la kudanganya + "ushawishi usioelezeka" ni viashiria vya kawaida vya udhibiti wa kiroho. Tazama Wagalatia 3:1; 2 Wakorintho 11:3.)

Alice, msichana mrembo sana, aliniambia kwamba alikuwa mhasibu katika Benki ya Standard na kwamba angenitajirisha na kunipa kila kitu nilichohitaji katika maisha haya na akasema: "Tulia tu na ufurahie!" Hisia yangu ya kwanza kuhusu Lagos ilikuwa kweli baada ya yote; miezi michache iliyopita nilikuwa katika kibanda kidogo katika kijiji kidogo kilichozungukwa na chuki, njaa na mateso na hapa niko, nikiishi katika jiji kubwa, katika nyumba iliyopambwa vizuri na 'mke' mrembo ambaye alikuwa ameahidi kunipa yote ambayo maisha yangeweza kutoa. Alinimiminia zawadi, pesa, mavazi, 'upendo' n.k. Sikujua kamwe kwamba ulimwengu ulikuwa umejaa ' vitu hivi vizuri' . Ibilisi kweli ni mdanganyifu! Maandiko yanasema kwa usahihi: "Mwivi haji ila kuiba, kuua na kuharibu. Mwana wa Adamu pekee (YESU KRISTO) ndiye anayeweza kutoa uzima na kuutoa kwa wingi" (Yohana 10:10). Msomaji mpendwa, ibilisi hana zawadi ya bure! Chochote anachokupa ni kwa ajili ya kubadilishana na roho yako. Hali hii ya furaha ilikuwa ya muda mfupi, kwa sababu baada ya kipindi cha miezi mitatu mambo ya ajabu yalianza kutokea.

(Sheria ya kiroho: "Karama" za Shetani husababisha deni (utumwa). Karama ya Yesu husababisha uhuru (neema). Warumi 6:23; Waefeso 2:8–9.)

Uzoefu wa Ajabu

Usiku mmoja, niliamka katikati ya usiku na nikapata kifaa cha kuzuia maji ya boa kando yangu. Nilitaka kupiga kelele lakini sikuweza. Baadhi ya usiku, ningeamka na kuona mwili wa Alice ukiwa mweupe kama mfuko wa cellophane. Baadhi ya usiku, angetoweka na kuonekana tena. Baadhi ya usiku ningesikia kelele za ajabu au kucheza sebuleni n.k. Sikuweza tena kuvumilia matukio haya ya kutisha kwa hivyo niliamua kumuuliza, na jibu la kwanza lilikuwa vurugu na onyo kali. Alisema: "Usiniulize swali hili tena la sivyo nitashughulika nawe."

(Maonyesho: Kupooza, udanganyifu wa kubadilisha umbo, na shughuli za poltergeist ni za kawaida katika ukandamizaji wa mapepo. Luka 4:33–36; Marko 9:17–27.)

Kuanzia hapo nilijua maisha yangu yalikuwa hatarini. Kisha nilipendelea mateso kijijini kuliko yale niliyoyagundua. Nilianza kumuogopa. Siku mbili zilipita na akaja na tabasamu, zawadi na kunikumbatia. Aliniambia jinsi anavyonipenda na kunijali na kunitia moyo nisiogope na akaahidi kunielezea mambo baadaye. Alinipeleka kwenye klabu ya usiku na huko akanikumbusha ahadi yake ya kunifanya niwe tajiri n.k., na akaniambia: "SIKU MOJA UTAYAJUA YOTE NINAYOYAJUA!" Tulirudi na maisha yakaendelea kama kawaida kati yetu. Ndani nilijua nilikuwa hatarini, lakini ningewezaje kutoroka na ningekimbilia wapi? Ni muhimu kutambua hapa kwamba wazazi wa Alice hawakujua kwamba binti yao, ingawa alikuwa mdogo, alikuwa akihusika sana katika uchawi na mizimu na alinionya kwa uzito nisiwaambie kama nilipenda maisha yangu. Mpendwa msomaji, unaweza kufikiria, msichana wa miaka 20 akifanya mambo haya yote? Ulimwengu wa nje ulimwona kama msichana mrembo sana na asiye na madhara anayefanya kazi na Benki kubwa lakini alikuwa wakala wa shetani. Kuna Alice wengi duniani leo kama utakavyoona baadaye katika kitabu hiki.

(Onyo kwa familia: Usiri + vitisho vya ugaidi ("usiseme la sivyo") ni bendera hatari. Wazazi/walezi—kaeni kiroho na macho kivitendo. 1 Petro 5:8.)

Ugunduzi Mbaya

Siku moja, baada ya kuondoka kwenda kazini, niliamua kutafuta nyumba hiyo. Akiwa mdogo, nyumba hiyo ilikuwa na samani nzuri. Alikuwa na jokofu nne na nilipofungua moja, niliona mafuvu ya binadamu, sehemu tofauti za mwili wa binadamu zikiwa safi na kavu. Ndani ya dari kulikuwa na mifupa. Katika kona nyingine ya moja ya vyumba niliona (kile nilichokijua baadaye kama 'chumba') mtungi wa maji uliojaa damu na mti mdogo katikati ya sufuria, kibuyu na kitambaa chekundu karibu nacho. Sikuweza kuendelea. Sasa nilijua kwamba nilikuwa mfu na kwa kuwa sikuwa na mahali pa kukimbilia. Nilijisalimisha maisha yangu kwa chochote kinachokuja, iwe uhai au kifo na nikaweka midomo iliyofungwa. Alice alirudi kutoka kazini na kutokana na jinsi alivyonitazama, nilijua kwamba ofisini kwake alijua kile ninachofanya ndani ya nyumba.

(Teknolojia ya uchawi: "Chungu cha damu chenye mti hai" = madhabahu ya kulisha/kufanya upya maagano. Kibuyu/kitambaa chekundu = vyombo/mihuri ya ibada. Ezekieli 8; Zaburi 16:4.)

Kukutana na Ulimwengu wa Mizimu
Siku iliyofuata aliniomba nimfuate kwenye mkutano. Tayari nilikuwa mateka na sikuwa na chaguo. Tulienda kwenye jengo kubwa sana nje kidogo ya Lagos. Tulipofika (jengo lilikuwa na ukumbi wa mikutano wa chini ya ardhi), niliagizwa na Alice kuingia kinyumenyume. Nilitii na niliingia kwa mgongo wangu, yeye pia alifanya vivyo hivyo. Ukumbi ulikuwa mkubwa sana ukiwa na vijana wapatao 500 wameketi kwenye duara, na juu yao aliketi mwanamume ambaye kichwa chake kingeweza kuonekana tu na bila mwili, kama Kiongozi. Baadhi ya vijana hawa walikuwa wanafunzi, wanafunzi wa shahada ya kwanza, wahitimu, walimu n.k. Alice alibonyeza kitufe ukutani na kiti kikatoka chini na mimi nikaketi. Alifanya vivyo hivyo na mwingine akatoka kwa ajili yake na akaketi. Alinitambulisha kwa kutaniko kama mshiriki mpya na walinipigia makofi na kunikaribisha. Alice alipandishwa cheo kutokana na hili. Yote waliyojadili katika mkutano sikuelewa. Mwishoni mwa mkutano na tulipokuwa karibu kuondoka, niliombwa kurudi peke yangu siku iliyofuata na Kiongozi. Hii ilikuwa mara yangu ya kwanza kukutana na ulimwengu wa miungu.

(Kumbuka: Kuingia nyuma kunaiga ubadilishaji—kugeuzwa kimakusudi kwa utaratibu wa kimungu. Isaya 5:20; 2 Wathesalonike 2:9–10.)

Usiku huo huo, saa 8 asubuhi (na huu ni saa ya kawaida ya mikutano na shughuli hatari za nguvu zote za giza na mawakala wao), Alice aliniamsha na kunifunulia mambo fulani. Alisema: "Mimi si mwanadamu wa kawaida. Mimi ni nusu mwanadamu na nusu roho lakini hasa ni roho. Unachokiona chumbani mwangu ndicho ninachotumia wakati wa maombi yangu kila asubuhi, ili roho ziniongoze mchana kutwa. Kuhusu mifupa nitakuambia baadaye."

(Muda: 12–3 asubuhi mara nyingi hulengwa kwa shughuli za mizungu. Waumini hupinga maombi ya kukesha—Luka 6:12; Matendo 16:25.)

Sikusema neno lolote. Alileta vitabu kuhusu mafumbo ya dunia ili nivisome, na kwa akili yangu ya udadisi niliamua kuvisoma. Muda mfupi baadaye nilivutiwa na mara moja akaona kwamba sasa nilikuwa navutiwa. Sikujua, alituma jina langu kwa jamii ya mizungu nchini India. Kama nilivyoelekezwa hapo awali, siku iliyofuata nilirudi kwenye jamii peke yangu na huko nilikutana na wengine tisa na baadhi ya mashahidi. Tulipaswa kuingizwa. Tuliitwa katikati ya ukumbi na mambo yafuatayo yalitunzwa:

1. Mchanganyiko ulioonekana kama putty ulisuguliwa kwenye miili yetu. Hii inakufanya uwe mwanachama kamili.
2. Tulipewa chupa ya glasi ya kioevu kama mafuta ili tunywe. Hii inakufanya ustahili kuwa wakala.
3. Dutu kama unga wa bunduki ilipakwa vichwani mwetu. Hii inakufanya ustahili kusoma mafumbo

yao.
Pia sijui, sherehe hii ya kuanzishwa ilikuwa ikirekodiwa nchini India na siku iliyofuata nilipokea barua kutoka kwao. Katika barua hiyo niliagizwa kuipaka rangi barua hiyo kwa damu yangu mwenyewe na kuituma kwao kupitia njia waliyoielezea, sio Ofisi ya Posta. Nilifanya hivyo. Kuanzia hapa, hakukuwa na kurudi nyuma; kurudi nyuma kulimaanisha kifo kama mtu alivyokumbushwa kila wakati na nilijua hakukuwa na tumaini zaidi kwangu.

(Sheria ya kiroho: Nyaraka zilizotiwa sahihi kwa damu hufanya kazi kama madai ya kisheria katika roho. Ni damu ya Yesu pekee inayofuta madai hayo. Wakolosai 2:14–15; Waebrania 9:14.)

Agano na Alice
Asubuhi moja mapema, aliniambia kulikuwa na sherehe muhimu itakayofanyika nyumbani. Saa 8 asubuhi alileta mtoto anayetambaa, msichana, akiwa hai. Mbele ya macho yangu, Alice alitumia vidole vyake na kutoa macho ya mtoto. Kilio cha mtoto huyo kilinivunja moyo. Kisha akamchinja mtoto vipande vipande na kumimina damu na nyama kwenye trei na kuniomba nile. Nilikataa. Alinitazama moja kwa moja na kile kilichotoka machoni mwake hakiwezi kuelezewa kwa maandishi. Kabla sijajua kilichokuwa kikiendelea, sikuwa tu nikitafuna nyama bali pia nilikuwa nikiramba damu. Wakati haya yakiendelea alisema : "Hili ni agano kati yetu, hutawahi kusema chochote unachoniona nikifanya au chochote kunihusu kwa mwanadamu yeyote duniani. Siku utakapovunja agano hili, lako mwenyewe litatoweka." Akimaanisha kwamba siku nitakapovunja agano hili nitauawa.

(Utunzaji wa kichungaji: Kifungu hiki kinatia kiwewe. Ukisoma na kuhisi mshtuko au huzuni, tulia na uombe Zaburi 91; Wafilipi 4:7. Kiwewe huleta amani ya Kristo.)

Baada ya tukio hili nilianza kuwa na hisia za ajabu ndani yangu. Nilibadilika na sikuweza kujizuia tena. Onyo kwa akina mama. Je, mnajua msaada wa nyumba yenu? Asili yake ikoje? Je, mnapenda kujua yote kumhusu kabla ya kumwaminisha maisha ya watoto wenu n.k.? Alice alimpataje mtoto mdogo aliyemchinja , unaweza kuuliza. Kwa hivyo wazazi, jueni asili ya msaada wa nyumba yenu.

(Dokezo la uchungaji: Walezi wa mifugo; dumisha uwajibikaji; omba nyumba yako kila siku. Ayubu 1:5; Zaburi 127:1.)

Alice alipoona kwamba amefanikiwa kuniingiza kikamilifu katika UPEPO na alikuwa akikua haraka ndani yake, aliridhika na kujua kwamba dhamira yake imetimia. Alinitafutia nyumba, akasaidia kuipaka na baadaye akavunja uhusiano.

(Mbinu: Mara tu utumwa unapopatikana, wasimamizi mara nyingi "humwachilia" majiri ili kuimarisha wavu wa ushawishi mahali pengine.)

Agano nchini India
Jumuiya huko Delhi, India ilinitumia barua ya pili ikiniomba nije India. Ndani yake pia niliagizwa kufanya yafuatayo: “Kula kinyesi, kula panya wanaonuka, na kufanya ngono na mizimu makaburini usiku.” Baada ya kutimiza hayo hapo juu, nililazimika kutofanya ngono na wanawake wowote duniani. Nilituma jibu la barua yao nikiwajulisha kwamba sikuwa na visa wala sijui jinsi ya kufika India. Wakati huu

nilikuwa nimeanza kufanya 'biashara'. Nilikuwa mfanyabiashara mkubwa wa magendo lakini kwa sababu ya mamlaka haya nyuma yangu sikuwa na shida na forodha n.k.

(Ibada za udhalilishaji: Maagano ya kishetani mara nyingi huhitaji vitendo vya kukufuru ili kuharibu sura ya Mungu katika mwanadamu na kukata mapenzi ya asili. Warumi 1:24–28.)

Nilianza kuwa na pesa nyingi, chakula na vifaa vilikuwa havikuwa vichache tena. Siku moja, nilifunga nyumba yangu na kutoka nje; nikirudi, nilifungua mlango na nikamwona mtu ameketi sebuleni. Niliogopa. Akasema: "Je, wewe si Emmanuel Amos?" Nikasema mimi ndiye. Akasema: "Nimetumwa kuja kukuchukua hadi India, kwa hivyo jiandae." Nilifunga kila mahali, nikaenda na kukaa kando yake kwenye mto tayari kwa agizo linalofuata. Lakini kama radi, alinigusa na tukatoweka.
Mahali pa pili nilijiona ni katika ukumbi mkubwa wa mikutano huko Delhi, India, huku kutaniko kubwa likiwa tayari limeketi na kutusubiri kutukaribisha. Walileta faili ambapo jina langu lilikuwa tayari limeandikwa na kuniomba nisaini kando yake. Nilifanya hivyo. Trei yenye nyama ya binadamu, iliyokatwa vipande vipande na beseni la damu ililetwa. Mtungi mtupu uliletwa kwa kila mtu, kisha mtu asiye na kichwa akazunguka akimimina damu na nyama kwenye mitungi. Mishumaa na ubani tofauti ulikuwa ukichomwa pia. Mtu asiye na kichwa alifanya matambiko na kila mtu akakunywa damu na kula nyama na mkutano ukaisha.

(Kumbuka: Ushirika bandia—mila za damu/nyama huiga Meza ya Bwana, zikiwafunga waabudu kwenye "meza" za mapepo. 1 Wakorintho 10:20–21.)

Kuanzishwa Nchini India
Sasa kipindi cha majaribio yangu kilikuwa kimefika. Nilitumwa kwenye bonde lenye kina cha kama mita 200. Ndani yake kulikuwa na wanyama watambaao hatari na wanyama wa porini. Hawa walikuwa wa kunitesa. Sikupaswa kupiga kelele, kwani kama ningefanya hivyo, ningekuwa nimeshindwa mtihani na matokeo yake yalikuwa KIFO. Baada ya siku saba za uchungu nilitolewa nje na kupelekwa mahali panapoitwa 'INDIA JUNGLE'.
Katika msitu huu, niliona aina tofauti za ndege wa pepo; wa pepo kwa sababu wengine walikuwa na nyuso kama za mbwa, wengine kama paka, n.k. Lakini wakiwa na mabawa. Ndani ya msitu huu kulikuwa na pango, na pango hili linafunguliwa tu na ndege hawa wa pepo. Walifungua pango na mimi niliingia ndani. Mambo niliyoyaona ni magumu kuelezea. Kulikuwa na viumbe wa kutisha, wengine walionekana kama wanadamu lakini walikuwa na mikia na bila nyuso za wanadamu, n.k. Hapa palikuwa mahali pengine pa mateso. Mateso hapo yanaweza kuelezewa vyema kama nusu jehanamu. Nilikuwa katika hali hiyo kwa siku 7 na nikatolewa nje. Kisha nilitumwa kwenye maktaba kubwa sana iliyokuwa na vitabu vingi vya mafumbo ili nijifunze. Baadaye nilichukua vitabu viwili: Abbysinia , ambayo inamaanisha uharibifu, na Assina , ambayo inamaanisha kutoa uhai au uponyaji. Baadaye nilipewa vitabu zaidi. Niliagizwa kujenga chumba mara tu nitakaporudi Nigeria na vitu vifuatavyo ndani yake:
"Chungu cha maji cha asili kilichojaa damu ya binadamu, mti ulio hai ndani, fuvu la binadamu, manyoya ya tai, ngozi za wanyama wa porini, ngozi ya boa na lateriti kubwa

inayong'aa kando ya sufuria." Damu ndani ya sufuria ya maji inapaswa kuchukuliwa kila asubuhi kwa uchawi. Pia niliagizwa nisile chakula chochote kilichopikwa na BINADAMU lakini kwamba ningelishwa kwa njia isiyo ya kawaida. Kwa maagizo haya yote nilirudi Nigeria kwa njia ile ile niliyoiendea, na nikatimiza yote.

(Uchunguzi: Maktaba za hadithi za kichawi = mifumo ya ufuasi wa giza. Dawa ya Mungu ni Neno na Roho (Waebrania 4:12; Yohana 16:13).)

Kurudi Nyumbani Nigeria

Sasa nilikuwa sehemu ya ulimwengu wa roho na ningeweza kusafiri kwa hiari yangu kwenda sehemu yoyote ya ulimwengu. Kulingana na vitabu nilivyoleta, viumbe vya roho vinaishi angani. Labda wangeongeza nguvu zangu, kwa hivyo niliamua kujaribu. Nilitoka nyumbani kwangu, nikafanya matambiko na kuita upepo wa kisulisuli na kutoweka. Nilijikuta angani na kuwaona viumbe hawa wa roho. Unataka nini waliniuliza; niliwaambia nataka nguvu. Nilirudi duniani baada ya wiki mbili baada ya kupata nguvu kutoka kwao. Kama nilivyosema hapo awali, sikuweza tena kujizuia. Licha ya nguvu hizi zote ambazo nilikuwa tayari nimepokea, bado nilihitaji nguvu zaidi na zaidi! Kisha niliamua kwenda kuzimu ili kuthibitisha kile kilichoandikwa katika vitabu nilivyopewa. Siku moja nilienda mahali pa siri msituni, nikafanya matambiko kama ilivyoelezwa katika vitabu na kuamuru ardhi ifunguke. Ardhi ilifunguka na mapepo yakaunda hatua mara moja. Niliingia ndani na kuingia moja kwa moja ndani ya ardhi. Kulikuwa na giza nene ambalo linaweza kulinganishwa tu na moja ya mapigo yaliyotokea Misri kama ilivyoandikwa katika Biblia. Niliona mambo mengi ambayo ni magumu kuelezea. Niliona watu wamefungwa minyororo, watu wanaotumika kupata pesa -

majukumu yao ni kufanya kazi mchana na usiku ili kuwapa pesa watekaji wao. Niliona baadhi ya wanachama wa jamii ya wasomi waliokuja kutoa kafara na wangerudi duniani wakiwa na zawadi walizopewa na roho zinazotawala mahali hapo. Niliona baadhi ya viongozi wa kanisa waliokuja kwa ajili ya mamlaka, mamlaka ya kusema jambo linalokubalika bila kuhojiwa kanisani. Nilikaa kwa wiki mbili na nikarudi baada ya kupokea nguvu zaidi. Watu waliniona kama kijana na asiye na hatia lakini hawakujua kamwe kwamba nilikuwa hatari. Kuna watu wengi kama hao; ni wale tu walio katika Kristo Yesu walio salama kwa maana halisi ya usalama.

(Ukweli wa kutia moyo: Hata viongozi wa kidini wanaweza kujaribiwa na nguvu. Alama ya kweli ya mtumishi wa Mungu ni unyenyekevu, utakatifu, na tunda la Roho. Mathayo 7:15–23.)

Agano na Malkia wa Pwani
Jioni moja, niliamua kutembea. Kwenye kituo cha basi cha Ebute Metta, nilimwona mwanamke mrembo mchanga amesimama. Sikuzungumza naye hata neno moja. Siku iliyofuata nilipokuwa nikipita nilimwona bado yuko mahali pale pale. Siku ya tatu nilimwona bado yuko mahali pale pale na nilipokuwa nikipita alinipigia simu. Nilisimama na kujitambulisha kwake kama Emmanuel Amos lakini alikataa kujitambulisha. Nilimuuliza jina lake na anwani yake lakini alicheka tu. Aliniuliza langu nami nikamwambia mtaani PEKEE. Nilipokuwa karibu kuondoka, alisema angenitembelea siku moja. Akilini mwangu nilisema, hilo haliwezekani, sikumpa namba yangu ya nyumba, basi angewezaje kuja? Lakini kweli, nilisikia hodi mlangoni mwangu baada ya wiki moja ya mkutano huo kwenye kituo cha basi. Huyo hapo, mwanamke wa ajabu! Nilimkaribisha akilini mwangu. (Nilijiuliza mwanamke huyu mrembo

alikuwa nani, na je, alijua alikuwa akitembea katika maeneo hatari?) Nilimkaribisha na akaondoka. Baada ya ziara hii ya kwanza, ziara zake zikawa za kawaida bila uhusiano wowote. Niligundua kuwa katika ziara zake aliweka muda maalum, na hangekuja hata dakika moja mapema au baadaye! Katika baadhi ya ziara zake ningempeleka Lagos Barbeach , au kwenye Hoteli ya Paramount au Hoteli ya Ambassador n.k. Wakati wote huu , bado hakuniambia jina lake. Niliamua kutokuwa na wasiwasi kwani nilijua uhusiano huo haungekua zaidi ya hapo. Nilikuwa tayari nimeagizwa nisimguse mwanamke.

Ghafla alibadilisha ziara za mchana kuwa usiku. Wakati wa moja ya ziara aliniambia: "Sasa ni wakati wako wa kunitembelea." Tulikaa pamoja usiku huo na saa 2:00 asubuhi siku iliyofuata tukaondoka. Tulijiunga na basi na akamwambia dereva asimame kwenye barbeach . Tuliposimama, nilimuuliza: "Tunaenda wapi?" Alisema: "Usijali, utaijua nyumba yangu." Alinipeleka kwenye kona ya barbeach , akatumia kitu kama mkanda na kutufunga na mara moja nguvu ikatoka nyuma na kutusukuma baharini. Tulianza kuruka juu ya uso wa maji na moja kwa moja hadi baharini. Mpendwa msomaji, haya yalitokea katika umbo langu la kimwili! Wakati fulani tulizama kwenye sakafu ya bahari na kwa mshangao wangu nilituona tukitembea kwenye njia ya haraka. Tulihamia katika jiji lenye watu wengi wenye shughuli nyingi.

(Dokezo la ulimwengu wa baharini: Ushuhuda katika maeneo mbalimbali unaelezea miji na maagano yaliyopangwa chini ya maji. Maandiko yanatambua mamlaka ya eneo (Ezekieli 29:3; Marko 5:10).)

Ulimwengu wa Roho

Niliona maabara, kama vile maabara ya sayansi, maabara ya

usanifu, na ukumbi wa michezo. Nyuma ya jiji, niliwaona wasichana warembo na wanaume warembo. Hakuna wazee. Alinitambulisha kwao na nikakaribishwa. Alinipeleka kwenye maeneo kama "chumba cheusi", "chumba cha kukaushia", na "chumba cha kupakia". Kisha akanipeleka kwenye kiwanda kikuu na ghala kisha akaja kwenye jumba lake la kifahari. Hapo aliniketi na kuniambia: "Mimi ni malkia wa pwani na ningependa sana kufanya kazi nawe. Ninaahidi kukupa utajiri na yote yanayoambatana nao, ulinzi na yote yanayoambatana nao, uhai na 'malaika' wa kukuongoza." Alibonyeza kitufe na trei ikatoka ikiwa na nyama ya binadamu (vipande) ndani yake na tukala pamoja. Aliamuru boa ionekane na akaniomba niimeze. Sikuweza. Alisisitiza lakini sikuweza, ningewezaje kumeza boa hai. Kisha akatumia nguvu zake nami nikaimeza. Haya yalikuwa maagano matatu: Nyama na damu ya mwanadamu, boa na malaika wa pepo walikuwepo kila wakati kuhakikisha hakuna siri iliyofichuliwa. Lakini 'malaika' alipewa uwezo wa kuniadhibu ikiwa ningepotea na pia kuniletea chakula kutoka baharini wakati wowote nilipokuwa hapa duniani. Niliahidi kumtii sikuzote. Baada ya ahadi hii alinipeleka sehemu nyingine ya bahari, wakati huu kisiwa. Kulikuwa na miti na kila moja ya miti hii ilikuwa na majukumu tofauti:

- mti kwa ajili ya sumu, - mti wa kuua, - mti wa kuiga, na - mti wa tiba. Alinipa mamlaka ya kubadili kila aina ya wanyama wa baharini kama vile kiboko, boa constrictor na mamba kisha akatoweka. Nilikaa baharini kwa wiki moja na kupitia moja ya njia (kama mamba) zilizotajwa hapo juu nilirudi duniani.

(Uchunguzi: "Malaika" bandia hutekeleza maagano (2 Kor 11:14). Malaika wa Kristo huhudumu wokovu na ulinzi, kamwe hawafungwi (Waebrania 1:14).)

Maabara za Chini ya Ardhi

Nilikaa Lagos kwa wiki moja na kurudi baharini, wakati huu kwa miezi miwili. Niliingia kwenye maabara za kisayansi ili kuona kinachoendelea. Niliwaona madaktari wa magonjwa ya akili na wanasayansi wote wakifanya kazi kwa umakini mkubwa. Kazi ya wanasayansi hawa ni kubuni vitu vizuri kama magari ya kifahari, n.k., silaha za kisasa na kujua siri ya ulimwengu huu. Kama ingewezekana kujua nguzo ya ulimwengu wangeweza kuwa nayo, lakini namshukuru Mungu, MUNGU PEKEE ANAJUA.

Nilihamia kwenye chumba cha usanifu na hapo nikaona sampuli nyingi za vitambaa, manukato na aina mbalimbali za vipodozi. Mambo haya yote kulingana na Lucifer ni ya kuvuruga mawazo ya wanadamu kutoka kwa Mungu Mwenyezi. Pia niliona miundo tofauti ya vifaa vya elektroniki, kompyuta na kengele. Pia kulikuwa na TV ambapo waliwajua wale waliozaliwa mara ya pili Wakristo duniani. Hapo unaona na kutofautisha wale wanaoenda kanisani na wale ambao ni Wakristo halisi.

Kisha nilihama kutoka maabara hadi 'chumba cheusi' na 'chumba cha kukaushia'. Chumba cheusi ni mahali wanapoua mshiriki yeyote asiyetii. Wanaua kwa kumwaga damu ya mtu huyo kwanza kisha wanampeleka mtu huyo kwenye chumba cha mashine ambapo atasagwa na kuwa unga kisha anatuma vumbi kwenye 'chumba cha gunia' ambapo yatawekwa kwenye mifuko na kuwekwa kwa ajili ya madaktari wa kiasili ili wakusanye kwa ajili ya hirizi zao. Kulikuwa na mambo mengine mengi ambayo ni magumu kuelezea kwa maandishi. Licha ya nguvu hizi zote ndani yangu, sikuwa nimehitimu kukutana na Lucifer lakini nilihitimu tu kuwa wakala wake. Hata hivyo, niliridhika kwamba sasa nina nguvu na ningeweza kukabiliana, kupinga na kuharibu mambo kwa hiari yangu. Je, kuna nguvu nyingine yoyote mahali popote nilipofikiria akilini mwangu?

(Dokezo la mwisho kwa sura hii: Kutamani "nguvu zaidi" ni mzunguko usio na mwisho gizani. Kujisalimisha kwa Kristo pekee ndiko kunakovunja mzunguko. Mathayo 11:28–30.)

Funguo za Ukombozi kutoka Sura ya 2

- Ofa za kuzimu zinaongezeka kutoka *msaada* hadi *hofu* ; bei huwa damu kila wakati.
- Maagano yaliyoandikwa/ya damu na ibada za kuanzishwa ni **milango halali** —lakini msalaba wa Kristo unafuta rekodi dhidi yetu (Wakolosai 2:14–15).
- Miundo ya baharini/ya chini ya ardhi ni halisi katika vita vya kiroho, lakini **kila jina humsujudia Yesu** (Wafilipi 2:9–11).
- Utambuzi kwa familia: usiri, vitisho, utajiri wa ghafla, na mila za usiku ni ishara za hatari— **inua ngao za maombi** na utafute ushauri wa busara.

Sala ya Kujikana na Kufunika

Bwana Yesu Kristo, ninakataa kila agano, kiapo, au uanzishaji uliofanywa na mimi au kwa niaba yangu na giza. Kwa damu yako, futa kila hati iliyoandikwa dhidi yangu.

Ninavunja uhusiano na ulimwengu wa baharini, wa chini ya ardhi, na wa angani. Ninapokea Roho Wako wa kuasiliwa, amani Yako, na ulinzi Wako juu yangu na nyumba yangu. Kwa jina Lako ninafunga kila lango la pepo na kufungua maisha yangu kwa ubwana Wako pekee. Amina.

Sura ya 3: Utawala Mwovu

(Masimulizi ya awali na Mchungaji Emmanuel Amos Eni • Maelezo mafupi na Balozi Monday O. Ogbe)

"Mwivi haji ila aibe, na kuua, na kuharibu; mimi nalikuja ili wawe na uzima, kisha wawe nao tele." — **Yohana 10:10**

(Ufahamu: Kila tendo linaloelezwa hapa linaakisi mstari huo— mfumo wa shetani ni wizi, kifo, na uharibifu; utume wa Kristo wa kukabiliana nao ni uzima tele.)

Kazi ya Kwanza — Damu kwa Damu

Niliporudi Lagos, niliendelea na biashara yangu na baada ya wiki mbili nilirudi baharini. Malkia wa Pwani alinipa kile alichokiita "kazi yake ya kwanza". Ningepaswa kwenda kijijini kwangu na kumuua mjomba wangu, daktari maarufu mwenye nguvu wa asili ambaye, kulingana naye, alihusika na kifo cha wazazi wangu.

Nilitii na kwenda lakini kwa kuwa sikuwa nimeua hapo awali, sikuwa na ujasiri wa kumuua, bali niliharibu dawa zake na kumfanya asiwe na nguvu. Kutokana na kitendo hiki alipoteza wateja wake wote hadi leo. Nilirudi kutoa mgawo wa ripoti lakini alikuwa na hasira nami. Alisema matokeo ya kutotii maagizo yake yalikuwa kifo, lakini kwa sababu ya upendo wake kwangu angenirudisha katika kijiji kile kile kuwaua wazee wawili ambao alisema walisaidia katika mauaji ya wazazi wangu. Sikujua kama hii ilikuwa adhabu ya kutotii au la.

Hata hivyo, nilitii na kurudi kijijini na 'nikafanikiwa' kuwaua wanaume hawa na kumpelekea damu yao.

(Maelezo: Adui huzidisha dhambi kila wakati—mara tu unapokubali, anadai zaidi. Warumi 6:16 .)

Kutokana na hali ya ajabu ya kifo chao, wazee wa kijijini walienda kuuliza kutoka kwa daktari mwingine mwenye nguvu wa asili ambaye kwa kawaida hutuma radi kumchunguza muuaji. Kwa bahati mbaya kwa wanaume hawa, nilikutana na daktari wa asili wa kiroho ambapo alikuwa akiwasiliana na mizimu na kumwonya asiseme chochote ikiwa anapenda maisha yake. Alitoka nje na kuwaambia wazee waende nyumbani na kumwomba mmoja wa wana wao ambaye walikuwa wamemkosea na hawakuwahi kutaja jina langu. Radi aliyotuma ilirudi na kuwapiga katikati yao na kuwaua baadhi na kuwaacha wengi wakiwa wamejeruhiwa.

Baada ya tendo hili la kwanza, nguvu zilizokuwa ndani yangu zilianza kujidhihirisha. Ningemharibu msichana kwa kuninyima urafiki n.k.

(Tafakari: Kila "nguvu" nje ya Kristo inakuwa uovu usioweza kudhibitiwa; tazama Luka 9:55 .)

Mkutano Wangu na Shetani

Baadaye nilirudi Lagos. Siku moja, msichana mmoja aitwaye **NINA** alinijia. NINA ambaye wazazi wake walitoka Jimbo la Anambra alikuwa msichana mrembo sana lakini anaishi zaidi baharini, yaani ulimwengu wa roho chini ya maji. Alikuwa wakala mwenye bidii wa Malkia wa Pwani na mwovu sana. Aliwachukia Wakristo hadi mwisho na angejitahidi kupigana na Ukristo. Nilikutana naye kwa mara ya kwanza wakati wa ziara yangu baharini. NINA alikuja kwa ajili ya kazi kutoka kwa Malkia wa Pwani.

Tuliondoka mara moja na kufika huko niligundua kuwa tulikuwa na mkutano na **Lucifer** .

Shetani, katika mkutano huu, alitupa maagizo yafuatayo: kupigana na waumini na sio wasioamini, kwa sababu wasioamini walikuwa tayari wake.

Aliposema hivi, mmoja wetu aliuliza: "Kwa nini?" Alisema sababu ilikuwa kwamba Mungu alimfukuza kutoka "mahali hapo" (alikataa kuita neno *Mbinguni* na katika mikutano yetu yote pamoja naye hakutaja neno *Mbinguni*). Badala yake angetumia neno *hilo mahali hapo* kwa sababu ya chuki.

Alisema alifukuzwa kwa sababu ya kiburi na kwa hivyo hataki Mkristo yeyote afike huko (Mbinguni).

Pia alituambia kwamba hatupaswi kupigana na wanafiki. "Wao ni kama mimi," alisema. Aliendelea: "Tunapaswa kupigana na Wakristo halisi tu. Wakati wangu umekaribia , kwa hivyo tunapaswa kupigana kuliko hapo awali na kuhakikisha hakuna mtu anayeingia mahali hapo."

(Kumbuka: Jehanamu inawaogopa wanafunzi wa kweli, si waumini wa jina moja — Yakobo 2:19 ; Matendo 19:15.)

Kwa hivyo mmoja wetu alimwambia: "Tumesikia kwamba Mungu amemtuma mtu kuwaokoa wanadamu wamrudie Mungu."
Kisha Shetani akauliza: "Huyo ni nani?" Mwanachama

mmoja akajibu "Yesu", na kwa mshangao wetu mkubwa, **Lusifa akaanguka kutoka kwenye kiti chake.**

Alimfokea mtu huyo na kumwonya asimtaje kamwe jina hilo katika mikutano yetu yoyote ikiwa anapenda maisha yake.

"Ni kweli," anaandika Emmanuel, "kwamba kwa Jina la Yesu kila goti lazima lipigwe (Wafilipi 2:10), akiwemo Shetani."

Baada ya tukio hili alitutia moyo na kutuambia tusiwajali "Wakristo hawa", kwamba Lusifa atakuja hivi karibuni kutawala ulimwengu na atatupa sisi, mawakala wake, mahali pazuri zaidi ili tusipate kuteseka pamoja na ulimwengu wote na atatufanya watawala.

Aliendelea kusema kwamba kwa kuwa mwanadamu anapenda vitu vya kuvutia na vya kubuni, angeendelea kutengeneza vitu hivi na kuhakikisha kwamba mwanadamu hana wakati wa Mungu wake na kwamba angetumia yafuatayo kuharibu kanisa:

1. Pesa
2. Utajiri
3. Wanawake

Mwishoni mwa hotuba hii aliuvunja mkutano. Huu ulikuwa mkutano wangu wa kwanza na Shetani. Wengine kadhaa walifuata.

(Ufahamu: Silaha hizi tatu — dhahabu, utukufu, na wasichana — bado zinaharibu huduma leo. Tazama 1 Yohana 2: 15-17.)

Uimarishaji wa Malkia

Tulipokuwa tunaondoka, Malkia wa Pwani, ambaye sasa anaonekana katika maumbo tofauti, alinialika kwenye jumba lake la kifahari. Aliingiza majivu ya binadamu pamoja na vitu vingine ndani ya mifupa ya miguu yangu miwili, jiwe (sio jiwe la kawaida) kwenye kidole changu na kitu kingine ndani ya mfupa wa mkono wangu wa kulia.

Kila moja ya mambo haya lilikuwa na majukumu yake.

- Jiwe lililokuwa kwenye kidole changu lilikuwa ni kujua mawazo ya mtu yeyote dhidi yangu.
- Yule aliyekuwa mkononi mwangu wa kulia alikuwa wa kunipa nguvu ya kuharibu.
- Zile zilizokuwa kwenye miguu zilikuwa za kunifanya niwe mgumu na hatari zaidi na pia kuniwezesha kubadilika na kuwa mwanamke, mnyama, ndege, paka, n.k.

Alinipeleka kwenye moja ya maabara na akanipa darubini, TV na video — si za kawaida — ili kuwagundua Wakristo waliozaliwa mara ya pili na wale wanaoenda kanisani tu ndani ya makanisa.

Hatimaye, alinipa wasichana kumi na sita kufanya kazi kama mawakala wangu. NINA alikuwa mmoja wao. Nilirudi Lagos nikiwa na "zawadi" hizi.

(Maoni: Mbinu bandia za utambuzi—upotoshaji wa Shetani wa kipawa cha utambuzi cha Roho Mtakatifu (1 Kor 12:10).)

Kubadilishwa kuwa Wakala wa Shetani

Sikuwa na hisia za kibinadamu wala huruma moyoni mwangu tena. Nilianza kufanya kazi mara moja na kuharibu nyumba tano za duplex mara moja. Zote zilizama ardhini pamoja na wakazi wake. Hili lilitokea Lagos mnamo Agosti 1982. Mkandarasi alishtakiwa kwa kutoweka msingi mzuri na alilipa pesa nyingi kwa hilo.

Uharibifu mwingi unaotokea duniani leo haukusababishwa na mwanadamu. Jukumu la shetani ni kuiba, kuua na kuharibu. Nasema tena, **Shetani hana kipawa cha bure.**

(Ukweli muhimu: Kila faida inayoonekana kutokana na giza huishia katika msiba.)

Kuwalenga Waumini

Nilianza kusababisha ajali barabarani n.k. Kesi ninayotaka kutaja ni kuhusu kijana mmoja aliyebadili imani ambaye alizunguka-zunguka akishuhudia wokovu na ukombozi wake. Alikuwa akisababisha madhara mengi katika ulimwengu wa roho kwa kufanya hivi, kwa hivyo nilipanga ajali kwa ajili yake.

Siku moja alikuwa kwenye basi la kifahari kwenda Lagos kwa ajili ya ushuhuda. Basi lilipokuwa kwenye mwendo wa kasi, nililiondoa barabarani na likaanguka kwenye mti. Abiria wote walikufa isipokuwa kijana huyu aliyebadili imani.

Kutoroka kwake kulikuwa kwa muujiza kwa sababu alitoka kwenye gari kupitia buti na kupiga kelele: "Niko salama! Niko salama!" Tulijaribu kumzuia kutoa ushahidi lakini tulishindwa.

(Somo: Ushuhuda ni vita — Ufunuo 12:11 .)

Kupitia TV, tungemjua mtu aliyetubu hivi karibuni na tungemfuatilia kwa dhati ili tuone kama tunaweza kumfanya arudi nyuma. Ikiwa baada ya miezi sita hatungefanikiwa, tungeingia katika biashara yake na kuifilisi. Ikiwa yeye ni mtumishi wa umma tungemkandamiza kupitia bosi, na ikiwezekana kumfanya bosi aache uteuzi wake. Ikiwa baada ya haya yote atakataa kurudi nyuma basi tungemtoa. Lakini ikiwa atarudi nyuma angeuawa ili kuhakikisha hana nafasi ya pili ya kutubu.

(Ukumbusho: Kusimama imara baada ya kuongoka huvunja mzunguko wa kuzimu—Waefeso 6:13 .)

Mwenyekiti wa Wachawi

Niliharibu maisha kiasi kwamba Lusifa alifurahi sana na kunifanya kuwa mwenyekiti wa wachawi.

Mwezi mmoja baada ya uenyekiti wangu, mkutano uliitishwa. Tulihudhuria mkutano huo tukiwa ndege, paka na nyoka. Viumbe hawa hutumika kwa sababu zifuatazo:

1. Kugeukia ndege huwafanya wachawi kuwa hatari zaidi.
2. Kugeukia paka huwawezesha kufikia roho na wanadamu.

3. Kugeukia panya huwawezesha kuingia ndani ya nyumba kwa urahisi, kisha usiku hugeukia kivuli, kisha kwa mwanadamu na kunyonya damu ya mwathiriwa.

Katika mkutano huu tulikuwa na jambo moja tu kwenye ajenda: **"Wakristo."**

Kisha tukapanga kufanya mkutano wa wachawi wa Kiafrika katika Jiji la Benin mnamo 1983. Tuliuchapisha katika magazeti yote ya kila siku na vyombo vyote vya habari vya umma. Nguvu zote za giza zilihamasishwa na tulikuwa na uhakika kwamba hakuna kitu kingeingilia mkutano huu.

Ghafla, **Wakristo wa Nigeria walianza maombi na sifa kwa Mungu wao** na mipango yetu yote ilivunjwa. Sio tu kwamba ilivunjwa, bali pia kulikuwa na mkanganyiko mkubwa katika ufalme wa giza.

Kwa sababu hiyo, mkutano wa wachawi na wachawi haukuweza kufanyika nchini Nigeria.

Wakristo wanapaswa kutambua kwamba mara tu wanapoanza kumsifu Mungu Mwenyezi, kutakuwa na shida na mkanganyiko baharini na angani, na mawakala wa shetani hawatakuwa na mahali pa kupumzika. Maombi ni kama kutupa bomu la muda katikati yetu na kila mtu atatoroka kwa ajili ya maisha yake.

Kama Wakristo wangetambua na kutumia nguvu na mamlaka ambayo Mungu amewapa, wangedhibiti mambo ya taifa lao! Ni Wakristo pekee wanaoweza kuokoa taifa letu.

(Ufunguo wa Imani: Sifa ya ushirika ni silaha — 2 Mambo ya Nyakati 20: 21-22; Matendo 16:25-26.)

Baada ya Kushindwa kwa Mkutano

Baada ya kushindwa kwa mkutano huu, ambao baadaye ulifanyika Afrika Kusini, niliitwa kurudi baharini. Nilipofika, niliambiwa kuanzia wakati huo ningefanya bahari kuwa nyumbani kwangu na kutembelea ulimwengu tu kwa shughuli ngumu.

Nilipewa kazi mpya: kubuni hirizi kwa madaktari wa kiasili, kusimamia chumba cha udhibiti na kutuma zawadi, yaani kufungua makanisa ya nguo nyeupe (nyumba za maombi), kufungua vituo vya uzazi, kufungua maduka na kuyafanya yafanikiwe, kutoa "watoto" na pesa.

Hizi zitaelezwa moja baada ya nyingine:

1. Ufunguzi wa Makanisa ya Vazi Nyeupe

Mtu anapokuja kwetu kuomba msaada wa kujenga nyumba ya maombi na kumsaidia kufanya uponyaji n.k., atapewa masharti fulani:
a) Atakubali kutuchangia nafsi moja au mbili kila mwaka.b) Katika ngazi fulani ya ofisi kanisani, mtu huyo ataingizwa katika jamii yetu.c) Hakuna mshiriki atakayeruhusiwa kuingia katika nyumba ya maombi akiwa amevaa viatu.

Atakapokubali masharti haya, angepewa kitu kama changarawe nyeupe, mifupa ya binadamu, damu na hirizi, vyote katika chungu cha asili. Angeagizwa kuzika chungu hiki pamoja na yaliyomo mbele ya kanisa na kuzika msalaba juu yake. Baada ya mazishi, ni msalaba pekee unaopaswa kuonekana.

Angeshauriwa kujenga bwawa la kuogelea au kuweka beseni ambapo roho zitaendelea kutoa maji maalum. Maji haya ndiyo unayosikia yakiitwa **"maji matakatifu."**

Watu wengi wanaposumbuliwa na pepo wabaya huwaendea "manabii" hawa ili kuwafukuza. Ukweli ni kwamba, wanaongeza pepo zaidi kwao. Pepo hawezi kumtoa pepo (Luka 11: 17-19).

Kile ambacho nabii angefanya ni kuomba na kumpa mshiriki kitambaa chekundu cha kuweka nyumbani, kuwashauri waombe na mishumaa na ubani—hivyo kuwaalika mapepo.

Wakati mwingine mshiriki angeombwa kuleta mbuzi kwa ajili ya kafara. Kafara hizi ni kwa ajili yetu kuja na "kumsaidia" mtu huyo kumponya. Nabii hana uwezo wa kuponya.

(Utambuzi: Ukombozi nje ya Kristo ni utumwa. Matendo 19: 13-16.)

2. Ufunguzi wa Uzazi

Ikiwa mwanamke atakuja kwetu kuomba msaada katika kufungua uzazi na kuufanikisha, angepewa sharti hili: *Mwezi mmoja ungechaguliwa nasi ambapo watoto wote waliozaliwa katika uzazi watakufa, lakini miezi mingine watoto wataishi.*

Ikiwa atakubali, atapewa hirizi ya kuvutia watu katika uzazi. Kuna uzazi kama huo huko Onitsha, Lagos n.k.; viatu haviruhusiwi ndani.

(Ukumbusho: Adui huiga uzao — lakini ni Mungu pekee ndiye hutoa uzima wa kweli. Zaburi 127: 3.)

3. Ufunguzi wa Maduka ya Fancy

Mwanamume anapotukaribia kwa ajili ya msaada, angepewa pete yenye sharti kwamba mwanamke yeyote asiruhusiwe kuigusa. Pia lazima akubali kuwa mwanachama wetu. Akikubali, duka lake litakuwa na vifaa bora na vya kisasa zaidi kutoka kwetu.

(Udanganyifu: Ustawi wenye masharti huongoza kwenye utumwa — Mithali 10:22 dhidi ya Mathayo 4:9.)

4. Utoaji wa Watoto

Ikiwa mwanamke tasa atakwenda kwa baadhi ya madaktari wa kienyeji, baada ya kutoa malalamiko yake ataombwa kuleta: jogoo mweupe, mbuzi, chaki ya kienyeji na vitu vya kutunza watoto.

Angeshauriwa aende na, asipokuwepo, daktari wa asili angekuja kwetu akileta vitu hivi. Kisha tungechanganya vitu fulani, ikiwa ni pamoja na majivu ya binadamu. Angetumia hirizi hii kumpikia mwanamke huyo chakula.

Angepata mimba na kujifungua, lakini si mwanadamu wa kawaida. Ikiwa mtoto ni wa kike, angeishi na hata kuolewa lakini angebaki tasa maisha yake yote. Ikiwa ni wa kiume, ataishi na hata kufunzwa kufa ghafla. Hawaishi kamwe ili kuwazika wazazi wao.

Ningependa kutaja hapa kwamba utasa husababishwa zaidi na mashetani. Unaweza kumuona mwanamke tasa hapa duniani, lakini angepata watoto baharini. Kwa hivyo ninawashauri watoto wa Mungu wamngojee Mungu pekee kwa sababu ni Mungu pekee anayewapa watoto halisi.

(Ukweli: 1 Samweli 2: 5 – "Tasa amezaa watoto saba.")

5. Kutoa Pesa

Ikiwa mtu atakuja kwetu kwa ajili ya pesa, atapewa masharti haya: ataombwa kutoa sehemu ya mwili wake, au ikiwa ana familia ataombwa kumleta mwanawe; ikiwa hajaoa, mkubwa au mdogo wake - mtu kutoka tumbo moja.

Wakati wa mauaji ya mwathiriwa, mtoaji angepewa mkuki au mshale. Ndugu zake wangepita kwenye kioo; mara tu yule aliyemtoa atakapopita, angeombwa kumpiga, na hili likitokea mwathiriwa angekufa pale alipo.

Kuna njia zingine, lakini jambo moja ambalo Shetani hufanya ni kuhakikisha kwamba katika kila njia, mtoaji anawajibika kwa kifo cha mwathiriwa, kwa kumfanya mtoaji ampige mwathiriwa.

Kumbuka, shetani hana kipawa cha bure!

(Ukweli wa mwisho: Kila njia ya mkato ya kupata utajiri ni mtego — Mathayo 16:26 .)

Tafakari za Ukombozi

- Kuzimu hudai damu; Mbingu ilitoa damu ya Kristo mara moja kwa wakati wote (Waebrania 9:12).
- Kila agano linalofanywa kwa njia ya hofu linaweza kuvunjwa tu kupitia toba na msalaba.
- Wakristo hubeba nguvu ya kulipuka kupitia sifa na maombi—itumieni!
- Ustawi wa kweli, uponyaji, na watoto hutokana na utii kwa Mungu pekee.

Sala ya Kujikana na Kulindwa

Bwana Yesu Kristo, nakushukuru kwa kufichua udanganyifu wa adui. Ninakataa kila kujihusisha, kwa kujua au bila kujua, na maagano ya kipepo, hirizi, au manabii wa uongo. Acha damu ya Yesu iseme mambo bora zaidi kwa ajili yangu. Ninafunga kila mlango uliofunguliwa kupitia udadisi, hofu, au ujinga. Ninapokea uzima tele ulioahidi. Nitie nguvu ili nitembee katika kweli, utakatifu, na utambuzi. Amina.

Sura ya 4: Jinsi Shetani Anavyowapigania Wakristo

(Maandishi asilia yamehifadhiwa; maelezo mafupi)

"Kwa maana kushindana kwetu si juu ya damu na nyama, bali juu ya falme na mamlaka, juu ya pepo wabaya katika ulimwengu wa roho ." Efe. 6: 10-12
[*Kumbuka:* ***Hii inaunda sura nzima: pambano halisi ni la kiroho; silaha lazima ziwe za kiroho—Efe. 6:13-18.]***

Wakristo Wanaopigana

Baada ya amri ya Lusifa ya kupigana na Wakristo, tulikaa na kupanga njia za kupigana nao kama ifuatavyo:

1. Kusababisha magonjwa.
2. Kusababisha utasa.
3. Kusababisha usingizi kanisani.
4. Kusababisha mkanganyiko kanisani.
5. Kusababisha uvuguvugu kanisani.
6. Kuwafanya wasijue Neno la Mungu.
7. Kwa mitindo na uigaji.
8. Kupambana nao kimwili.
   [**Maoni:** ***Hizi zinalenga maombi, usafi, umoja, Maandiko—ndiyo hasa yanayoipa Kanisa nguvu. Tazama Matendo 2:42–47; Yakobo 4:7–8.]***

Miongoni mwa hayo hapo juu ningependa kuelezea mawili:

1. Kupigana kimwili

Kwa TV niliyopewa, ningewaona Wakristo waliozaliwa mara ya pili . Hatupigani na wanafiki kwa sababu tayari ni mali yetu. Kisha tungewatuma wasichana wetu kwanza kwenye makanisa makubwa. Ndani ya kanisa wangekuwa wakitafuna gum au kumfanya mtoto alie au kufanya chochote ambacho kingewavuruga watu wasisikie neno la Mungu. Wanaweza kuamua kuja kiroho na kuwafanya watu walale wakati mahubiri yanaendelea. Mara tu wanapokuona unatafakari kwa makini kwa sababu ya mahubiri, wangekusubiri nje ya kanisa na mara tu unapotoka, mmoja wao angekusalimu na hata kukupa zawadi (na siku zote ni kile unachopenda) na angeonekana rafiki sana. Angefanya kila kitu na kabla hujajua kinachoendelea ulikuwa umesahau yote uliyojifunza kanisani. Lakini kwa Mkristo wa kweli, mmoja wa wasichana hawa, baada ya ibada, angeruka nje kukusalimu na angetamani kujua nyumba yako kwa kisingizio kwamba alikuwa mgeni mjini na hakuwajua Wakristo wengi. Alipompeleka nyumbani, angenunua ndizi haraka na Mkristo angechukua hii kama ishara ya upendo. Angeendelea na ziara zake hadi hatimaye atakapozima nuru ya Kristo ndani yako na kisha aache kuja. Shughuli kuu katika makanisa na ushirika ulio hai ni: kuwakatisha tamaa Wakristo kusoma na kujifunza Neno la Mungu, na hivyo kuwafanya wasiwe na ufahamu wa mamlaka yao na ahadi za Mungu. Katika viwanja vya vita vya msalaba wasichana hawa wangetumwa kusababisha kutokubaliana na ugomvi. [**Ulinzi:** ***(a) Endelea kujazwa na Neno (Kol. 3:16), (b) weka mipaka na "mawasiliano mapya," (c) usiruhusu zawadi zipite utambuzi (1 Yohana 4:1), (d) uwape wahudumu/waombezi nafasi ya kukesha na kuomba—Mt. 26:41.]***

waliozaliwa mara ya pili hawajulikani na Biblia wanayobeba kila wakati au ushirika mwingi wanaohudhuria. Wanajulikana katika ulimwengu wa roho kwa nuru inayong'aa mfululizo kama mshumaa mkali sana moyoni au duara la mwanga kuzunguka kichwa au ukuta wa moto unaowazunguka. Mkristo anapotembea, tunaona malaika wakitembea pamoja naye, mmoja kulia, mmoja kushoto, na mwingine nyuma. Hii inafanya iwe vigumu kwetu kumkaribia.
Njia pekee tunayofanikiwa ni kwa kufanya dhambi ya Mkristo, na hivyo kutupa mwanya wa kuingia. Mkristo anapoendesha gari na tunataka kumdhuru, tunaona kwamba hayuko peke yake kamwe ndani ya gari. Daima kuna Malaika karibu naye. Laiti Mkristo angejua tu yote ambayo Mungu amemtengenezea, hataingilia dhambi au kuishi bila kujali!
[**Ufunguo:** ***Dhambi hufungua milango (Efe. 4:27). Utakatifu hulinda ua (Mith. 25:28; Zek. 2:5)*** .]

2. Kufanywa kwa Wakristo Waliorudi Nyuma

Nikiwa mwenyekiti niliyeteuliwa na Lusifa, ningewatuma wasichana hawa kwenye makanisa na ushirika ulio hai. Wasichana hawa wangekuwa wamevaa vizuri na baada ya mahubiri wangetoka kwa ajili ya wito wa madhabahu, wajifanye wamempokea Kristo na wangeombewa. Mwishoni mwa ushirika au ibada wangemsubiri mhubiri ambaye kwa kawaida angefurahi sana kwa waongofu hawa wapya.

Waongofu wanaweza hata kumfuata mhubiri nyumbani kwake. Ikiwa mhubiri hana roho ya utambuzi angemshawishi aingie katika dhambi ya uasherati au uzinzi. Hili hutokea wakati anapomtamani kwa tamaa. Angehakikisha anaendelea katika dhambi hii hadi hatimaye atakapozima Roho wa Mungu ndani yake na kisha kumwacha, utume umekamilika.
[**Ulinzi kwa wahudumu:** ***kamwe usishauriane peke yako; nafasi za mikutano zinazoonekana; mwenzi/mzee yupo; linda macho/moyo—Mathayo 5:28; 1 Tim. 3:2; Mithali 4:23.]***

Katika hatua hii, ningependa kutoa ushuhuda wa Mhudumu. Katika ulimwengu wa roho mbaya anajulikana kama mtu wa Mungu. Alipopiga magoti kungekuwa na mkanganyiko miongoni mwetu. Kwa hivyo tulituma wasichana hawa kwake. Mtu huyu hata angewalisha lakini angekataa kushawishiwa. Walifanya yote waliyoweza lakini hawakufanikiwa. Matokeo yake, wasichana hawa waliuawa kwa kushindwa kwao.
Kisha nikabadilika na kuwa mwanamke na kumwendea, na kwa maneno Vitendo vilijaribu kumshawishi, lakini alikuwa mgumu. Hili lilikuwa kubwa sana kwangu, kwa hivyo niliamua kumuua kimwili. Siku moja, Waziri huyu alienda katika mji wa soko la Barabara ya Oduekpe . Nilimtazama na alipokuwa akiinama ili kutoza bei bidhaa fulani niliendesha trela iliyokuwa inakuja imejaa ngoma za mafuta hadi sokoni alipokuwa. Trela iligonga nguzo ya mvutano ya NEPA na kuanguka moja kwa moja sokoni, na kuwaacha watu wengi wakiwa wamekufa, lakini Waziri huyu alitoroka. Jinsi alivyotoroka ilikuwa muujiza. Siku nyingine, nilimwona akisafiri kwenda mji wa Nkpor kwa miguu. Niliendesha tena lori la jeshi lililokuwa linakuja likiwa limesheheni viazi vikuu ili kumuua. Lori liliingia moja kwa moja kwenye barabara

mpya ya makaburi, likaua watu wengi, lakini Waziri huyu alitoroka tena. Baada ya jaribio hili la pili tulikata tamaa. Bado yu hai!

Kwa sababu ya Mkristo mmoja, shetani anaweza kuamua kuharibu roho nyingi, akifikiri angeweza kumuua, lakini yeye hushindwa kila wakati. Matukio haya yamewatokea Wakristo wengi wasiowajua, lakini Mungu wao huwaokoa kila wakati. Shida ni kwamba, shetani hakati tamaa. Mawazo yake huwa: "Ninaweza kufanikiwa." Lakini hafanyi hivyo kamwe. Mradi tu Mkristo anatembea na Upendo wa Mungu na anabaki ndani Yake na hajishughulishi na mambo ya maisha haya, ibilisi hawezi kufanikiwa kamwe, haijalishi anajaribu vipi. Ni asiyeamini pekee aliye chini yake.

*[**Kutia Moyo** : **Ulinzi wa Mungu ni halisi—Zab. 91; Isa. 54:17; 2 Wafalme 6:16–17.**]*

Ukandamizaji wa Mkristo

Hili hutokea zaidi katika ndoto. Mkristo anaweza kuona katika ndoto zake yafuatayo:

1. Jamaa aliyekufa akimtembelea.
2. Wanajifanya wanamfuatilia.
3. Wenzake wakiogelea mtoni.
4. Wenzake wanamletea chakula na kumwomba ale.
5. Mwanamke mseja akifanya ngono au hata aliyeolewa akifanya ngono na mwanamume. Hili, lisiposhughulikiwa, wakati mwingine husababisha utasa. Au mwanamke mjamzito anajiona akifanya ngono na mwanamume. Hili, lisiposhughulikiwa mara moja, linaweza kusababisha kuharibika kwa mimba.

Ikiwa Mkristo atapitia hayo hapo juu katika ndoto zake, hapaswi kuyaweka kando kwa kupunga mkono, lakini anapoamka usingizini anapaswa kujichunguza na kukiri dhambi yoyote anayoijua kwa Mungu, kufunga pepo hao wote na kumwomba Mungu arejeshe chochote kilichoharibiwa. Hili ni muhimu sana. Mtu huyo anapaswa pia kutafuta msaada na ushauri wa Mkristo mkomavu aliyejazwa Roho, mzee katika imani.
[**Mpango wa utekelezaji kuhusu kuamka:** ***(1) kukataa/kukataza kwa jina la Yesu (Luka 10:19), (2) kuomba damu (Ufu. 12:11), (3) kubatilisha maagano katika maombi (Isa. 28:18), (4) kula ushirika ikiwezekana (1 Kor. 11), (5) kupata kifuniko cha kichungaji.]***

Kushinda Nafsi kwa Ibilisi

Yesu Kristo alipokuwa akiondoka hapa duniani; aliwapa wanafunzi wake amri: "Nendeni ulimwenguni kote mkawafanye mataifa yote kuwa wanafunzi." Wakati baadhi ya Wakristo bado wanasubiri wakati unaofaa na unaofaa zaidi wa kutii amri hii, shetani pia amewapa mawakala wake amri hii. Tofauti ni kwamba, mawakala wa shetani ni wazito zaidi katika kushinda roho kuliko Wakristo!
Mojawapo ya maeneo ya kushinda roho za shetani ni shule za upili, hasa shule za wasichana. Baadhi ya wasichana wetu hutumwa shuleni kama wanafunzi. Tunawapa nguo zote za ndani za kisasa na za gharama kubwa. Hili ni kipaumbele cha kwanza, kwa sababu katika hosteli za wasichana, wanapenda kutumia nguo za ndani pekee. Wakala wetu hangekosa chochote, vipodozi, magauni, nguo za ndani, vitabu, vifaa na pesa. Sabuni maalum ya kuogea ingetolewa kwake ili kumkopesha mwanafunzi yeyote anayeomba

sabuni kutoka kwake. Msichana anayetaka kuwa kama yeye angevutiwa na angefanya urafiki naye. Hatua kwa hatua wakala wetu angetutambulisha kwake. Katika hatua hii tungemtembelea kimwili na tungeanza kumpa zawadi na kukidhi mahitaji yake. Kwa hili, angejiunga nasi kwa hiari. Naye angeshinda nyingine na kadhalika. Hili linachukuliwa kama dhamira na linafanywa kwa azimio la kufanikiwa. Jambo moja linapaswa kuwekwa wazi: Shetani hamlazimishi mtu yeyote. Anachofanya ni kukuvutia na kukufanya umjie kwa hiari. Ndiyo maana Biblia inasema: "Mpingeni Ibilisi naye atawakimbia" (Yakobo 4:7). Eneo lingine la uvuvi wa roho kwa Ibilisi ni kutoa lifti. Tungewatuma wasichana wetu kusimama barabarani, na kwa kawaida huwa wazuri sana na wamevaa mavazi ya kuvutia. Pia utawapata katika hoteli na kupitia njia hizi tunapata wanaume na wanawake. Watu wengi tunaowaona wakitangazwa kwenye magazeti kama wamepotea, walipotea kwa kuwapa lifti wasichana ambao hawakuwajua.
Kwa hivyo unapaswa kuwa mwangalifu unayewabeba kwenye gari lako.

[**Agizo kwa Kanisa:** ***Usiwaache shule na vijana bila ulinzi—tumia ufuasi wa chuo kikuu, ushauri salama, na uangalifu wa wazazi (Mith. 22:6; 2 Tim. 3:14–15). Fanya mazoezi ya mipaka ya busara na wageni / " viinuaji."]***

Zana za Huduma ya Haraka (ukurasa mmoja)

- **Wakati usumbufu unapotokea katika huduma:** panga mwombezi wa safu ya nyuma, mwombezi mpole, omba kwa utulivu katika Roho (Efe. 6:18).
- **Tamaa/ushawishi unapokaribia:** kimbia (2 Tim. 2:22), kiri, piga simu mwenzako wa uwajibikaji mara moja.
- **Ndoto za uonevu zinapotokea:** omba kwa sauti kubwa; vunja maagano; paka mafuta milangoni; soma Zab. 91/Isa. 54; chukua ushirika; waombe wazee waombe (Yakobo 5:14–16).
- **Wakati mkanganyiko/ugomvi unapoibuka katika ushirika:** pause ajenda; dakika 10 za sifa na usomaji wa Maandiko; thibitisha tena utume; omba kwa ajili ya umoja (Zab. 133; Yohana 17).
- **Ulinzi wa vijana:** utamaduni wa adabu kwa ufuasi si aibu; ulinzi wa kidijitali/vyombo vya habari; vilabu vya maneno vya kila wiki; washauri wa kike waliofunzwa kwa wasichana, washauri wa kiume kwa wavulana.

Sala ya Kuimarisha

Bwana Yesu, Wewe ni silaha yangu na ushindi wangu. Ninafunga kila mlango ulio wazi kupitia dhambi au uzembe. Nivike ukweli, haki, injili ya amani, imani, wokovu, na Neno la Mungu. Nifundishe mikono yangu vita na moyo wangu kupenda. Ninampinga shetani; lazima akimbie. Ukuta wa moto unizunguke mimi na nyumba yangu. Niimarishe katika utakatifu, utambuzi, na ushuhuda wa ujasiri—Amina. *(Efe. 6:10–18; Zekaria 2:5; Yakobo 4:7)*

Sura ya 5: Kukutana Kwangu na Yesu Kristo

(Ushuhuda wa asili umehifadhiwa, pamoja na tafakari fupi)

"Katika mwezi wa Februari 1985, tulikuwa na mkutano wetu wa kawaida baharini, baada ya hapo niliamua kusafiri hadi Port Harcourt katika Jimbo la Rivers, kumtembelea mke wa mjomba wangu marehemu. Nilikutana na mwanamume anayeitwa Anthony. Ana karakana katika Nwaja Junction, kando ya Barabara ya Trans- Amadi , Port Harcourt, Jimbo la Rivers. Alinituma na kwa kuwa katika jamii yetu tuna sheria ya kutokataa simu kamwe, niliamua kujibu simu yake. Nilimwendea alasiri siku ya Alhamisi ya wiki hiyo. Alianza kwa kusema Mungu amempa ujumbe kwa ajili yangu. Alitoa Biblia yake na kuanza kuhubiri. Kulikuwa na Wakristo wengine watatu wameketi (mwanamume na wanawake wawili). Aliendelea kuhubiri kwa muda mrefu na sikuwa na uhakika kama nilisikia yote aliyosema. Aliniomba nipige magoti kwa ajili ya maombi. Nilitii na kupiga magoti kimya kimya.
Mara moja akaanza maombi yake. Niliangushwa chini na roho ya Mungu na nikaanguka kifudifudi. Nilijitahidi na kusimama kama chuma. Niliharibu viti vya chuma ndani ya karakana. Niliangalia nje na kuwaona wanachama watatu wa jamii yetu ya siri, mwanamume na wasichana wawili. Walikuja katika umbo la kibinadamu na wakasogea

kuelekea mlangoni lakini kwa sababu ya nguvu za Mungu hawakuweza kuingia."

[**Kumbuka:** Hata kuzimu haiwezi kuvunja mpaka wa mamlaka ya Mungu (Zaburi 91:1–3; Luka 10:19). Upako huvunja nira.]

"Nina uhakika kengele baharini iliwatahadharisha kuhusu tatizo hilo na kwa TV walijua tatizo lilikuwa wapi na walikuwa wametuma timu ya uokoaji 'isiyo na nguvu'. Hii hutokea kila mara wakati mwanachama yeyote anapopatwa na matatizo. Huku wanaume wawili Wakristo wakinivuta magotini, wasichana waliendelea kuomba na kufunga mapepo, lakini hawakuwa mahususi. Waliniuliza kama ninamwamini Yesu Kristo, sikusema chochote. Waliniuliza niite jina la Yesu, nilikataa. Waliniuliza jina langu mwenyewe nami nikawaambia. Walijitahidi kwa saa nyingi na kuniacha niende. Hakuna roho iliyoondolewa kwangu, kwa hivyo nilitoka kwa njia ile ile nilipoingia."

[**Somo:** Ukombozi unahitaji ufunuo na mamlaka—sio hisia. Umaalum na utambuzi ni jambo (Marko 9:29; Matendo 19:15–16).]

Matukio ya Kanisa

"Siku iliyofuata ikiwa Ijumaa, nilialikwa na Anthony huyo huyo kuhudhuria mkesha wao wa usiku katika kanisa la Assemblies of God, Silver Valley, Port Harcourt. Nilikubali mwaliko huu kwa sababu kuhudhuria ibada za kanisa ili kusababisha usingizi na mkanganyiko ilikuwa sehemu ya kazi zetu. Programu ilianza na pambio. Tuliimba hadi

mmoja wa washiriki alipoinua kwaya maarufu ya Bendi fulani ya Kikristo, kuhusu kutokuwa na nguvu kwa nguvu zingine isipokuwa nguvu za Yesu.
Kisha nikaanza kucheka. Nilicheka kwa sababu nilipoangalia maisha yao katika roho karibu robo tatu ya watu waliokuwa wakiimba pambio hii walikuwa wakiishi katika dhambi. Nilijua kwamba kwa sababu ya dhambi maishani mwao, walikuwa wazi na wangeweza kudhuriwa vibaya na nguvu hizi."

[**Ufahamu:** Sifa bila usafi ni kelele mbinguni (Isaya 1:15; Yohana 4:24). Utakatifu ni ngao ya waabudu.]

"Katika ibada hiyo tulikuwa watu wanne kutoka baharini na tulikuwa tukiimba na kupiga makofi pamoja nao. Tena nataka kusisitiza hapa kwamba ibada inapoanzishwa, washiriki wanapaswa kushauriwa kwanza kukiri dhambi zao, kisha kuingia katika kipindi cha sifa za kweli kwa Mungu. Hii itamfanya mwakilishi wa Shetani awepo asijisikie vizuri na kwa kweli atoroke kwa ajili ya maisha yake.
Katika ibada hii maalum tulikuwa tumeridhika sana na hata tukaanza kufanya kazi. Wengi walianza kulala, pambio ziliimbwa kwa unyonge na mambo yakaenda mrama."

[**Kumbuka:** Ungamo na toba hualika moto wa kimungu. Pale ambapo hakuna utakatifu, giza huhisi kama nyumbani (2 Nyakati 7:14).]

"Ndugu Anthony alikuwa tayari amewaambia kunihusu kwa hivyo yapata saa 2.00 asubuhi waliniita kuniombea. Mara tu nilipotoka mbele walianza kuiomba damu ya Yesu. Niliwasimamisha na kusema: 'Sio kuiomba damu ndiyo suluhisho. Mimi ni mwanachama wa siri sana. Ikiwa mnakubali kwamba mnaweza kuniokoa, basi nitapiga magoti.' Maneno haya niliyosema hayakuwa yamepangwa mapema. Damu ya Yesu huwatisha mapepo na kuwalinda waumini, lakini haifungi mapepo. Kufungwa kwa mapepo hutokea tu wakati Mkristo anatumia mamlaka yake na kutoa amri."

[**Ufafanuzi:** Damu hukomboa na hulinda; mamlaka katika Jina la Yesu hulazimisha ushindi (Ufunuo 12:11; Marko 16:17–18).]

"Walikubali na nikapiga magoti. Wakati huo dada mmoja akiongozwa na Roho wa Mungu alipiga kelele na kusema: 'Kama hustahili, usikaribie!' ... Ni hatari kwa Mkristo anayeishi katika dhambi kutoa pepo. Wengi walijiondoa na wachache wakatoka kuniombea. Walipoanza na 'Kwa jina la Yesu,' nilisikia mlio mkubwa ndani yangu na nikaanguka sakafuni ... Nguvu mbili zinazopingana zilianza kufanya kazi na hali ikabadilika."

[**Kumbuka:** Ni vyombo safi tu vyenye mamlaka ya kudumu (2 Tim 2:21). Ukombozi ni vita vitakatifu.]

"Pepo alinitoka na kumpagaa mvulana mmoja kati yao... Ndugu hawakupoteza muda naye bali walimchukua yeye na wengine waliokuwa na hofu hadi kwenye vazi la kanisa na kuwafungia ndani. Hii iliendelea hadi saa 1 asubuhi... Walidanganywa kuamini kwamba niliokolewa."

[**Somo:** Utambuzi ni muhimu; baadhi ya ukombozi ni wa sehemu au bandia ikiwa mizizi haijashughulikiwa (Luka 11:24–26).]

"Nilikuwa dhaifu sana kimwili kiasi kwamba niliona vigumu kutoka kanisani. Lakini kitu kilitokea, kwani mara tu nilipotoka kanisani na kuvuka barabara, nilikuwa na nguvu sana kimwili. Labda baadhi ya mapepo yaliyoondoka yalirudi. Nilikasirika sana na kuamua kulipiza kisasi kwa kanisa."

[**Tafakari:** Adui hupigana vikali zaidi kabla ya uhuru; lakini Mungu huweka vizuizi vya Mungu hata kwa kushindwa kunakoonekana (Mwa 50:20).]

Njiani kuelekea Lagos

"Nilipofika nyumbani kwa mke wa mjomba wangu, niliwaambia nilikuwa naondoka kwenda Lagos mara moja ... Katika Maili 3 tulipanda na tulipofika Omagwe , kwenye Makutano ya Uwanja wa Ndege wa Kimataifa, nilisikia sauti ikiniita kwa jina langu la asili 'NKEM.' ... Nilipokuwa bado najiuliza, sauti ikasikika tena: 'NKEM, utanisaliti tena?' ... Ghafla nilipata homa kali ... Huko Umuakpa huko Owerri, nilianguka ndani ya teksi."

[**Kumbuka:** Rehema ya Mungu inatuzuia katikati ya safari—wakati wa Sauli huko Damasko (Matendo 9:3–6).]

"Kilichofuata nilijua ni kwamba wanaume wawili, warefu na wakubwa, walikuja kunichukua... 'Wewe ni mtu anayetafutwa!'... Tulihamia kwenye jengo kubwa na refu ambalo lilionekana kama Ukumbi wa Mikutano.... Mwishoni kulikuwa na madhabahu. Niliona mwezi na nyota zikizunguka jua. Kisha nikaona kiti cha enzi na juu yake kulikuwa na mtu mzuri sana aliyeketi na vazi linalong'aa kama jua. Alisema: 'Njoo!' ... Kisha mwezi ukarudi kwenye kiti cha enzi na kisha Yeye aliyeketi juu yake akasema tena: 'Njoo!'"

[**Tafsiri:** Huu ni mkutano wa kawaida wa kifo-kwa-uhai—mwili ulioning'inizwa, roho ikivutwa mbele ya kiti cha hukumu cha Kristo (2 Kor 5:10).]

Utakaso wa Kiroho

"Nilitembea hadi sehemu fulani na Yeye akatoka kwenye kiti cha enzi akanijia, akaondoa miguu yangu mmoja baada ya mwingine na kumimina kile kilichokuwa ndani yake na kuirekebisha tena. ... Nilijiuliza akilini mwangu, huyu anaweza kuwa nani na alijuaje kwamba sehemu hizi zilikuwa zimehifadhiwa."

[**Maana:** Bwana hung'oa vipandikizi vya pepo na kuvibadilisha na ukamilifu Wake—Ezekieli 36:26.]

"Baada ya haya alirudi kwenye kiti chake cha enzi na akaniomba nije. ... Akasema: 'Ndiyo, lakini nitakuonyesha ulicho nacho akilini mwako.' ... Mtu huyu alinipeleka kwenye chumba na kufungua kitu kama ubao mweusi. ... mbele yangu kulikuwa kumeandikwa yote niliyopanga dhidi ya Wakristo na mpango wangu dhidi ya kanisa la Assemblies of God, Silver Valley."

[**Somo:** Hakuna kilichofichwa mbele ya macho ya Mungu (Ebr 4:13). Kukiri na toba hufuta ubao.]

Ufunuo wa Kimungu

"Alitoka kwenye kiti cha enzi na akanishika mikono yake na kusema angenionyesha mambo fulani. ... 'Sitaki uangamie bali nikuokoe na hii ndiyo nafasi yako ya mwisho.' ... Aliposema hivi, ndipo nilipojua kwamba alikuwa Yesu Kristo."

[**Neema:** Hata walio najisi zaidi wanaweza kuitwa *mara ya mwisho.* Rehema bado inaomba (Isa. 1:18).]

"Tuliingia chumbani na akafungua kitu kama pazia. Niliona ulimwengu wote... Tuliingia chumbani mwa pili... Aliwaita watu hawa 'wanafiki.' ... Tuliingia chumbani mwa tatu... 'Hawa ndio waliokombolewa wakingoja thawabu zao.' ... Tuliingia chumbani mwa nne... Ilionekana kama mji mzima unaowaka moto. Kuzimu ni halisi na ya kutisha. ... Aliwataja kama ilivyoandikwa katika Ufu. 21:8."

[**Onyo:** Ushuhuda unaendana na ushuhuda thabiti wa Maandiko—Jehanamu na Mbingu ni hatima halisi (Mathayo 25:41–46).]

"Tuliingia katika chumba cha tano na alipofungua pazia, nilichokiona kinaweza kuelezewa tu kama MTUKUFU. ... Alisema: 'hili ndilo tumaini la watakatifu. Je, utakuwepo?' Mara moja nikajibu 'Ndiyo!' ... Akasema: 'Nenda ukashuhudie nilichokufanyia.'"

[**Agizo:** Kila tukio la kweli huzaa agizo — *" Nendeni mkasimulie."* (Marko 5:19).]

Kurudi Duniani

"Tena, alinipeleka kwenye chumba kingine... 'Usiogope, nenda, nitakuwa nawe.' Aliniongoza kutoka ukumbini na kutoweka, nami nikaamka nikiwa kitandani katika nyumba ya mtu mwingine.... Kisha mtu huyo alisimulia jinsi nilivyoanguka kwenye teksi na jinsi walivyonibeba hadi Kanisa Kuu la Katoliki huko Owerri.... Kisha mtu huyo akanipeleka kwenye gari lake hadi nyumbani kwake na nilikuwa nikisubiri.... Nilikaa kwa utulivu na familia hii yenye fadhili kwa siku mbili kisha mtu huyo na mkewe wakanipeleka kwenye maegesho ya magari ya Owerri."

[**Uchunguzi:** Miadi ya Mungu mara nyingi hujumuisha wageni wanaoongozwa na Roho—Ebr 13:2.]

"Yote ambayo Bwana alinionyesha kuhusu safari yangu yalitokea moja baada ya jingine. ... Nilitii na kuondoka Lagos kwenda Port Harcourt asubuhi iliyofuata. Mara nyingi mimi hujiuliza, kwa nini Bwana amwokoe mtu kama mimi? Mtu mwovu na mharibifu sana, wakala wa Shetani! Nilipata jibu katika maneno haya matatu: **Mungu ni upendo.** Hakika, Mungu ni Upendo! (1 Yohana 4:8, 4:16)"

[**Dokezo la Mwisho:** Ufunuo wa mwisho si hukumu bali upendo—Yohana 3:16; Warumi 5:8.]

Funguo za Kiroho kwa Leo

1. **Mamlaka:** Jua na utumie haki yako ya kisheria katika Kristo (Luka 10:19).

2. **Usafi:** Toba huweka silaha imara; dhambi hualika kuingia tena.
3. **Utambuzi:** Si kila udhihirisho wa kiroho ni wa kimungu; jaribuni roho zote (1 Yohana 4:1).
4. **Jumuiya:** Ukombozi ni salama zaidi katika maombi ya pamoja na waombezi wenye haki.
5. **Shahidi:** Kila ukombozi unahitaji ushuhuda—ukimya humsaidia adui.

Maombi ya Kujisalimisha Kamili

Bwana Yesu Kristo, ninakukubali kama Bwana na Mwokozi wa kweli pekee. Asante kwa kunikomboa kutoka katika kila agano la giza. Ninasalimisha uhai wangu, mwili, roho, na roho yangu Kwako. Ondoa kila mmea uliofichwa wa adui; nisafishe kwa Damu Yako; nijaze na Roho Mtakatifu; na unitumie kuwaweka wengine huru. Acha maisha yangu yashuhudie kwamba **Mungu ni Upendo** . Amina.
(Yohana 3:16 • 1 Yohana 4:8 • Waefeso 6:10-18)

Sura ya 6: Majaribu na Ushindi

"Kondoo wangu huisikia sauti yangu, nami nawajua, nao hunifuata; nami nawapa uzima; nao hawataangamia kamwe, wala hakuna mtu atakayewapokonya mkononi mwangu» Yohana 10: 27-28

[Maoni: ***Ahadi hii inaunda sura nzima: Mshiko wa Yesu una nguvu zaidi kuliko shambulio lolote la kujibu (Yohana 10:27–28).]***

Baada ya kuongoka kwangu kwa Kristo, jambo la kwanza lililotokea lilikuwa zawadi zote kutoka baharini, darubini, TV, mashati, picha nilizopiga ndani ya maabara ya baharini na picha ya Malkia wa Pwani iliyokuwa imeonyeshwa kwenye nyumba yangu ilitoweka.
[Maoni: ***Matendo 19:19—vitu vya kichawi hupoteza nguvu na lazima vitupwe; mara nyingi Bwana huviondoa kwa uhuru.]***

Niliporudi Port Harcourt, nilikuwa na hamu ya kushuhudia kile ambacho Bwana alikuwa amenifanyia lakini sikuruhusiwa kuingia kanisani. Mke wa mjomba wangu marehemu, ambaye pia ni Mkristo, alinipeleka kwa mmoja wa wachungaji, lakini swali alilouliza lilikuwa: "Je, alileta karatasi?" Baadaye ndipo nilipoelewa kwamba karatasi aliyomaanisha ilikuwa 'barua ya uanachama.' Barua ya uanachama ina uhusiano gani na kushuhudia kwangu nguvu ya Kristo na kile alichonifanyia—Mungu, akinihamisha kutoka katika nguvu za giza hadi katika ufalme wa Mwanawe mpendwa, ambaye ndani yake nina ukombozi kwa damu yake, hata msamaha wa dhambi

zangu? [Maoni
: *Urasimu* ***unaweza kukosa nyakati za Mungu. Hata hivyo, ushuhuda ni wa kimaandiko (Ufunuo 12:11); wakati na jambo la uchungaji.]***

Nilihuzunika, baada ya kujua kwamba Shetani hawaruhusu waongofu wachanga kutoa ushahidi, hasa wale ambao hapo awali walikuwa wamehusika sana katika shughuli zake, na wangefanya kila kitu kuzuia ushuhuda kama huo. Tena nilikumbuka, Bwana aliniambia waziwazi "nenda ukatoe ushahidi kwa ajili yako" na hapa nilikabiliwa na kukataliwa. Labda wakati haukuwa bado. Kwa hivyo niliamua kuweka kando kutoa ushuhuda wangu kwa mtu yeyote. Nilisafiri na wafanyabiashara watatu kutoka Aba hadi Togo kwa safari ya kikazi. Huko nilinunua bidhaa zenye thamani ya N160,000 (Naira Laki Moja na Sitini). Kati ya kiasi hiki pesa zangu binafsi zilikuwa N70,000 huku N90,000 iliyobaki ikikopwa kutoka kwa wafanyabiashara huko Aba. Miongoni mwa vitu nilivyonunua kulikuwa na vifurushi vya kamba, dawa mbalimbali (hasa viuavijasumu), sindano, vipimajoto, n.k. Katika mpaka wa Nigeria, tulishikiliwa na Forodha na baadaye tukaombwa kutoa rushwa. Tulikataa na bidhaa zilikamatwa ikiwa ni pamoja na zile za wenzangu. Miezi michache baadaye, zile za wenzangu ziliachiliwa, isipokuwa zangu. Nilirudi baadaye na nikaombwa kulipa N40,000, lakini nilipoangalia bidhaa hizo niligundua kuwa bidhaa zote zenye thamani, vifurushi vya kamba, sindano, dawa za kulevya, n.k., zilikuwa tayari zimeibwa. Nilitathmini bidhaa zilizobaki na nilijua kwamba kulipa N40,000 kwa Forodha kungeongeza tu hasara, kwa hivyo niliamua kuacha bidhaa zilizobaki.
[Maoni: ***Vifuniko vya zamani vinapokwisha, Mungu hutufundisha kutembea katika njia Zake, si "ulinzi" wa zamani (Mithali 3:5–6).]***

Wafanyabiashara ambao pesa zao nilikopa walianza kunifuata. Baadhi waliita polisi, wengine walichukua sheria mikononi mwao na kupanga kuniua. Suluhisho pekee lilikuwa kufunga akaunti zangu za Benki na kutumia pesa zote nilizokuwa nazo kulipa madeni yote. Kwa neema ya Mungu, nililipa yote isipokuwa N1,000 iliyokusudiwa kwa mwenye nyumba wangu huko Lagos. Nilifilisika kabisa na ningekopa hata kobo 20 kwa nauli ya teksi.
[Maoni: ***Shinikizo kali mara nyingi hufuata ukombozi; Bwana hulitumia kuondoa kiburi na kuanzisha utegemezi mpya.]***

Nilikwenda kwa Wakristo wachache wa biashara niliowajua wakati huo, kutafuta msaada wa kuniwezesha kuanza upya. Hakuna aliyesema ndiyo au hapana, badala yake ningeombwa kuja siku iliyofuata mara kwa mara hadi nitakapochoka au kupata msaada. Sikujua Neno la Mungu na kwa mkanganyiko wote moyoni mwangu, ningesoma Biblia na nisingeelewa. Nikiwa bado natafakari la kufanya, nilipokea simu ya haraka kutoka kijijini kwangu. Nilikimbia nyumbani na kugundua kuwa jengo dogo nililokuwa nikijenga lilikuwa limebomolewa na mjomba wangu ambaye pia alikuwepo na kutishia kuniua. Asili ya zamani ndani yangu ilipingwa. Nilikumbuka nilipokuwa na jamii ya siri, jinsi alivyoniogopa na angepiga magoti mbele yangu. Lakini sasa alijua nilikuwa mtu aliyebadilika (jinsi alivyojua sikujua kwani sikuwa nimesafiri nyumbani tangu nilipookoka) na sasa alinitishia. Nilimwita Bwana na kusema: "Kwa hivyo uliniokoa ili kuniacha nimechanganyikiwa na kuwaruhusu adui zangu wafurahi juu yangu!" Nililia na kuamua kurudi kwenye jamii.
[Maoni: ***Jambo la kawaida la majaribu—kukata tamaa hualika kurudi nyuma. Mlilie Mungu, usirudi utumwani (Zaburi 42).]***

Vita na Mawakala wa Shetani

[Maoni: ***Kinachofuata kinaonyesha mashambulizi ya kukabiliana baada ya ubadilishaji na jinsi ya kusimama.]***

Katika kipindi hiki, mawakala wa Malkia wa Pwani walianza kunifuatilia. Niliteseka sana mikononi mwao. Nilikuwa na ndoto mbaya. Mnamo tarehe 1 Mei 1985, mwezi mmoja baada ya kuongoka kwangu, yapata saa 8 asubuhi, wengine ndani ya nyumba walikuwa wamelala. Niliamshwa na mawakala hawa. Waliniamuru nitoke nje ya nyumba. Nilitii, nikatoka nje na wakafuata nyuma. Yote yalikuwa yakitokea kama ndoto lakini hii ilikuwa kweli. Tulihamia kwenye eneo la mazishi karibu na kanisa la Anglikana la Mtakatifu Paulo, karibu na Barabara ya Aba, Port Harcourt.
[Maoni: ***Udanganyifu wa kulala na kulazimisha ni jambo la kawaida; mamlaka katika Yesu huvunja (Luka 10:19).]***

Walipofika huko walisema: "Lazima urudi. Ukikataa tutakuua au kukufanya ufukara." Baada ya maagizo haya waliondoka. Nilipata fahamu na kujiuliza niliingiaje kwenye kaburi. Nilirudi kitandani na kulala. Waliamua kunishambulia alasiri. Wakati mwingine, nilipokuwa nikitembea barabarani wangenipigana. Wengine waliokuwa karibu wangeniona nikipigana na hewa au wangeniona nikikimbia kana kwamba ninafuatiliwa. Mimi peke yangu ningekuwa nikiwaona. Walifanya hivi kwa mara nne na kusimama. Kisha kiongozi wao, Malkia wa Pwani, akachukua nafasi. Siku ya kwanza alikuja kwa gari na kuegesha kando ya nyumba yetu. Alikuwa amevaa vizuri na kama kawaida alikuwa mrembo sana. Watu waliokuwa karibu walimchukua kuwa mpenzi wangu. Mara moja akaingia nilijua alikuwa nani. Alikuja yapata saa 12:00 alasiri

wakati eneo lote halikuwa na shughuli nyingi. Aliketi na miongoni mwa mambo mengine akasema: "Unaweza kwenda kanisani kwako, amini chochote unachotaka kuamini, lakini usiponifunulia, nitakupa chochote unachohitaji katika maisha haya." Sikuwa nimejua Maandiko kwa hivyo nilimsikiliza na kumtazama tu akizungumza. Aliomba na kujaribu kunishawishi nirudi kwake. Sikusema ndiyo au hapana kwake. Alisimama, akaingia kwenye gari lake na kuondoka.
[Maoni: ***Adui anakubali ukimya. Waefeso 5:11 — " msiwe na ushirika... bali jifichueni."]***

Karibu mara mbili mke wa mjomba wangu alimkaribisha bila kujua alikuwa nani na sikuwahi kumwambia mke wa mjomba wangu mwanamke huyo alikuwa nani. Wakati wa ziara yake ya mwisho alibadilisha mtazamo wake. Wakati huu alinipa onyo kali akisema kwamba alikuwa amejaribu wakati wa ziara hizi kunishawishi nirudi kwake na kwamba nilikuwa mkaidi sana, na kwamba hii ilikuwa ziara yake ya mwisho. Kama bado nikikataa kurudi, angekuja kwangu mwezi Agosti na angeniua, au angeniharibu sura au kunifanya niwe maskini. Kwa hili aliondoka.
[Maoni: ***Vitisho huongezeka wakati ushawishi unaposhindwa. Isaya 54:17 ni ngao—simama imara.]***

Niliogopa, kwa hivyo siku moja nilienda kanisani na kumwita kaka mmoja. Nilimwambia matatizo yangu na maoni yangu kuhusu baadhi ya waumini wa kanisa, n.k. Ndugu huyu alinipa anwani ya ofisi ya SCRIPTURE UNION (SU) na akaniambia: "Huko utapata msaada." Kwa bahati mbaya hiyo ilikuwa siku ya mwisho kumuona "kaka" huyu. Sijawahi kumuona popote huko Port Harcourt hadi sasa. Nilichukua anwani na siku iliyofuata, nikachukua teksi hadi Nambari 108 Bonny Street, ambapo ofisi iko na nikakutana

na mpiga chapa ambaye alinipa programu ya robo mwaka ya shughuli za Kundi la Wahujaji la SU Rumuomasi , ambalo ndilo lililo karibu nami. Alisema: "Njoo Jumapili!" Nilikuwa pale katika Kituo cha Ushirika - Shule ya Jimbo ya St. Michael, Rumuomasi - saa 8.00 usiku, bila kujua kwamba ushirika unaanza saa 9.00 usiku, lakini nilikutana na bendi ya maombi, kwa hivyo nilijiunga nao.
[Maoni: ***Mara nyingi Mungu huongoza kwa hatua rahisi—tafuta jumuiya ya kuomba, inayozingatia Neno na uunganishe.]***

Angalau ningeokolewa kutoka kwenye mkanganyiko wote na pia ningemfundisha mjomba wangu somo ambalo hangesahau maisha yake yote. Ingawa nilichukua uamuzi huo, nilikuwa na hofu mbili kuu ndani yangu:

1. Wakati wa uongofu wangu, Bwana aliniambia waziwazi: "Hii ndiyo nafasi yako ya mwisho." Kurudi kwangu kwenye jamii kunaweza kumaanisha kifo, si cha kimwili tu bali pia cha kiroho.
2. Kama ningebaki katika Bwana, mjomba wangu alikuwa akipumua vitisho vya kuniua.
   Nilikuwa nimechanganyikiwa sana na nilihitaji msaada. Sikujua Neno la Mungu na sikujua kamwe Neno linasema nini kuhusu hayo hapo juu. Msomaji mpendwa, utagundua hapa kwamba nilikuwa na machafuko haya yote kwa sababu ya ukosefu wa ufuatiliaji nikiwa mwongofu mchanga. Ufuatiliaji kwa waongofu wachanga ni muhimu sana na Wakristo wanapaswa kuchukua hili kwa uzito. Ukijua huwezi kuwafuatilia waongofu wako, tafadhali usitoke nje kushuhudia. Yesu Kristo alisisitiza hili mara tatu alipomuuliza Petro: "Simoni, mwana wa Yona, unanipenda kuliko hawa?... Lisha

wana-kondoo wangu." Waongofu wengi hurudi nyuma kwa sababu ya ukosefu wa ufuatiliaji unaofaa. Ukimpenda Yesu, watunze wana-kondoo Wake!
[Maoni: ***Ushauri mkali kwa makanisa: uinjilisti lazima uambatane na ufuasi (Yohana 21:15–17).]***

Baada ya ushirika siku hiyo nilijua hapa ndipo mahali sahihi kwangu. Mungu alinipa mwanamke Mkristo, ambaye nilimchukua kama mama, ambaye alipendezwa kunielezea Neno la Mungu na kunishauri pia. Ndugu walipendezwa sana nami na kunijali. Niliona upendo wa kweli. Roho Mtakatifu alianza kunipa uelewa wa Neno na imani yangu ikakua. Lakini Malkia wa Pwani hakutokea aliponitishia. Zaburi 91, ulinzi wa Mungu, ulitimizwa katika maisha yangu. Isaya 54:17: "Hakuna silaha itakayofanyika juu yako itakayofanikiwa; na kila ulimi utakaoinuka juu yako katika hukumu utauhukumu. Huu ndio urithi wa watumishi wa Bwana, na haki yao inatoka kwangu, alisema Bwana." Hili pia lilitimizwa.
[Maoni: ***Jumuiya inayodumu + Maandiko = ulinzi na ukuaji. Mungu hutunza Neno Lake.]***

Septemba 1985, nilipokea ujumbe kwamba jina langu lilitoka kama msambazaji wa Saruji ya Chapa ya Fedha, Lagos na kwamba nilitarajiwa kuripoti ofisini tarehe 27/9/85. Niliondoka Port Harcourt tarehe 26/9/85 na kufika Lagos usiku. Asubuhi iliyofuata tarehe 27/9/85, niliingia ofisini na kuambiwa na Meneja wa Utumishi kwamba mgao wangu ulikuwa umepewa mtu mwingine. Aliniomba nirudie siku iliyofuata tarehe 28/9/85 ili nionane na Mkurugenzi Mtendaji. Nilipokuwa nikirudi kwenye nyumba yangu, nikipita kwenye njia, mtu alikuja kutoka nyuma na kunishika na kujaribu kunizima pumzi yaani kushika pua na mdomo

wangu pamoja. Nilijitahidi kuishi na watu walipopita, hakuna aliyekuja kuniokoa, lakini Bwana aliingilia kati. Nilipokuwa bado nikipambana na mikono nilimsikia akipiga kelele na kunisukuma akisema: "Huyo mtu aliye nyuma yako ni nani?" Alirudia mara ya pili na kutoweka. Kutoka kwa sauti nilijua ni mwanamke lakini sikumwona alikuwa nani. Nilishangaa na kuyumbayumba hadi kwenye nyumba yangu.
[Maoni: ***Uingiliaji kati wa malaika ni halisi (Zab 34:7). Shinikizo la kiuchumi + shambulio la kimwili mara nyingi huja pamoja.]***

Hapa tena mwenye nyumba yangu alikasirika sana na akasema: “Kwa nini ulikimbia na pesa za kodi yangu?” Nilimsihi na kujaribu kuelezea kwamba kwa sasa sikuwa nafanya kazi na ningemlipa pesa zake zote mara tu nitakapopopata pesa. Kwa jinsi alivyokubali nilidhani jambo hili limetatuliwa. Siku iliyofuata tarehe 28/9/85, nilirudi ofisini na kukutana na Mkurugenzi Mtendaji ambaye aliomba msamaha kwa kumpa mgao wangu mwingine. Alipokuwa bado anazungumza, kijana mmoja aliingia na kuniuliza: “Wewe si Emmanuel?” Nikasema: “Ndiyo, mimi ndiye.” Akasema: “Ndiyo, hatimaye tumekupata! Umemaliza kukimbia? Tumetembelea Port Harcourt mara kadhaa na kugundua kuwa ulikuwa na mama yako wa kiroho kila wakati. Alikuwa kikwazo kwetu na sasa kwa kuwa umekuja Lagos tumekukamata! Huwezi kurudi Port Harcourt kamwe. Mimi ndiye niliyechukua mgao wako.” Nilimpa changamoto na kumwambia: “Huwezi kufanya chochote!” Mkurugenzi Mtendaji alishangazwa na kile kilichokuwa kikiendelea ofisini kwake. Niliomba msamaha na kuondoka kwenda kwenye nyumba.
[Maoni: ***Adui hulenga "vifuniko" (mama/baba wa kiroho). Endelea kushikamana; usijitenge.]***

Dakika chache baadaye nilisikia hodi mlangoni mwangu na NINA akaingia. Aliniuliza kama nilikuwa narudi Port Harcourt. Nilijibu ndiyo. Alinisihi nirudi kwao na kwamba kazi nilizofunzwa mahususi bado hazijakamilika: KOTIPARI (kwa lugha ya Kiyoruba). Nilikuwa nimefunzwa:

- kuwa msimamizi wa mawakala wa nguvu za kishetani.
- kuwa msimamizi wa "chumba cha kudhibiti bahari," kufuatilia matukio duniani, kutuma na kupokea ishara, na kuhamasisha vikosi, n.k.
- kuwa karibu na Malkia wa Pwani. Hii haikuhusisha tu sherehe, kafara, utekelezaji wa kazi maalum na yeye, lakini pia mambo mengine magumu kuelezea.
- kwa msaada wa nguvu za giza, kuanzisha jamii mpya za siri ambazo zingeonekana hazina madhara ili kuvutia vijana na waumini wengi zaidi wa kanisa. Alisema, kama ningeandamana naye, kilichokuwa kinanisubiri ni kupandishwa cheo mara mbili na baraka nyingi. Alikiri kwamba walihusika na bidhaa zangu kukamatwa na kuibwa, pia kwamba walimchochea mjomba wangu kuharibu jengo langu na kutishia maisha yangu. Kwamba nikikataa kumfuata, wangefanya zaidi na kuhakikisha kwamba sikufanikiwa. Kwamba walikuwa wameamua kupigana na mama yangu wa kiroho: "Tukimpata, tunakupata" alisema. Hapo, nilianza kumhubiria. Alisimama na kusema: "Wanakudanganya," na akaondoka. Hili lilifanyika jioni ya 28/9/85.
  [Maoni: ***Kifurushi cha majaribu + vitisho: ofa za kupandishwa cheo, vitisho vya utoaji, na kuwalenga washauri.]***

Haikupita dakika kumi na tano aliondoka, nilisikia hodi nyingine. Wakati huu walikuwa wanaume wanne. Waliniita nitoke nje na nikajiona nikienda nao. Tulitembea hadi kwenye nguzo mbili hivi na mmoja wao akaniuliza: "Unatujua?" Nikasema hapana. Aliendelea: "Tumeajiriwa na mwenye nyumba wako ili tukuue." Alipokuwa bado anazungumza, mmoja wao alitoa bunduki na mwingine akatoa kisu. Sikuwa na ulinzi na nilijua kwamba wangeniua, lakini Mungu kwa njia yake isiyo ya kawaida alifanya muujiza ambao ulinishangaza mimi na wenyewe. Mtu mwenye bunduki alinifyatulia risasi lakini hakukuwa na sauti. Mtu mwenye kisu alikitumia mgongoni mwangu lakini hakikupenya bali kilisikika kama kutumia fimbo kwa mtu. Waliogopa kama mimi. Roho wa Mungu alinijia na nikaanza kuhubiri. Watatu kati yao walikimbia, lakini mtu wa nne aliangua kilio na kuniomba nimwombee. Sikujua hata niombe nini wakati huo lakini nilisema tu: "Bwana, tafadhali msamehe, msahau na umsamehe. Amina!" Alitoa maisha yake kwa Kristo kwa hivyo nilimpeleka kwenye kanisa la Kipentekoste na kumuelezea kilichompata Mchungaji. Nilimkabidhi kwa Mchungaji na kuondoka. Nilipoingia ndani ya nyumba mwenye nyumba alitoka mbio na kupiga magoti akaanza kuomba na kusema: "Tafadhali nisamehe. Nilidhani umeamua kukimbilia Port Harcourt kwa sababu ya pesa zangu (N1,000)." Nilimsamehe na hatimaye tukakubaliana kwamba pesa zilipwe kwa awamu.
[Maoni: ***Isa 54:17 ikiendelea. Mungu hubadilisha mashambulizi kuwa nyakati za wokovu; msamaha hufunga mlango wa kulipiza kisasi.]***

Usiku huo huo, yapata saa 2:00 asubuhi Bwana aliniamsha. Sikujua ni kwa nini niliamka, kwa hivyo nilitembea hadi sebuleni na nilichokiona kilikuwa kobe mkubwa akinikabili. Mara moja nilikumbuka somo la Biblia tulilokuwa nalo huko

Port Harcourt, kuhusu nguvu katika neno. Kisha nikasema maneno haya: "Kobe, tangu nizaliwe, makao ya kobe ni kichaka au bahari, lakini kwa kuingia ndani ya nyumba yangu huku madirisha na milango imefungwa umetenda dhambi, na kwa hili lazima ufe." Mara tu niliposema haya ilitoweka. Nilirudi chumbani na kulala. Mara ya pili tena, niliamka na kusikia kelele sebuleni. Nilikwenda na hapo mbele yangu alisimama tai mwenye sura mbaya. Nilirudia maneno yale yale na mara tu niliposema: "Kwa kutenda dhambi hii lazima ufe," ilitoweka pia. Wakati wa safari hii ya Lagos niliona wema wa Mungu, ukuu na uaminifu.
[Maoni: ***Mamlaka yaliyonenwa, yanayolingana na Maandiko ni muhimu (Mathayo 4:10–11; Ayubu 22:28).]***

Asubuhi iliyofuata tarehe 29/9/85, nilichukua basi la kifahari hadi Port Harcourt. Nilipofika Ore, basi liligonga mti. Liliharibika lakini hakuna aliyeumia. Dereva alilirudisha barabarani na alipokuwa akiendesha, basi lilianza kupotoka kutoka upande mmoja wa barabara hadi mwingine. Nilikumbuka vitisho vya NINA, kwa hivyo nilisimama ndani ya basi, nikawahubiria abiria na kumalizia kwa kusema: "Ni kwa sababu yangu kwamba ajali hizi zinatokea. Lakini kuanzia sasa, hakutakuwa na ajali tena hadi tufike Port Harcourt, kwa jina la Yesu!" Nami nikaketi. Kwa kweli, nilipoketi, nilishangaa nilichokuwa nimesema. Na ndivyo ilivyokuwa. Gari lilisonga vizuri hadi Port Harcourt. Hakuna ajali tena au kuharibika. Maandiko yanasema kwa usahihi: "Tazama, hakika watakusanyika pamoja, lakini si kwa msaada wangu; yeyote atakayekusanyika pamoja dhidi yako ataanguka kwa ajili yako" (Isaya 54:15). Wao (Malkia wa Pwani na mawakala wake) walijaribu, lakini kwa sababu mkutano wao haukuwa kwa Bwana bali dhidi ya mtoto wake, wote walijikwaa na kuanguka. "Adui atakapokuja kama mafuriko, Roho wa Mungu atainua bendera dhidi yake" (Isaya 59:19). Ninampa Mungu utukufu wote kwa kujionyesha Mwenyewe kuwa na nguvu kwa niaba yangu. [*Maoni:* ***Kukiri imani chini ya mamlaka ya Kristo kunaweza kutuliza mgogoro (Marko 11:23). Sifa ya mwisho inafunga ushindi.]***

Mwongozo wa Ushambani: Kustawi Baada ya Ukombozi

- **Kuwa:** Panda katika kanisa la Neno-Roho; fuata ushauri.
- **Jenga:** Maandiko Matakatifu ya Kila Siku + sala (sema kwa sauti); funga mara kwa mara.
- **Kuvunja:** Kataa maagano yote ya zamani; haribu vitu vya kichawi (Matendo 19:19).
- **Mipaka:** Hakuna mikataba ya siri; hakuna mawasiliano na "marafiki" wa kichawi.
- **Vita:** Tumia ungamo, ushirika, na maombi ya kuamuru (Efe 6:10–18).
- **Shuhudia:** Shiriki ushuhuda wako kwa busara; huondoa mashtaka (Ufunuo 12:11).

Sala ya Ulinzi na Uvumilivu

Bwana Yesu, Wewe ni Mchungaji wangu. Ninasikia sauti yako na kukufuata. Ninakataa kila tishio, makubaliano, na vitisho vya giza. Nizungushe kwa moto wako, uwape malaika njia yangu, na uniimarishe katika Neno lako na jamii yako. Hakuna silaha itakayofanyika dhidi yangu itakayofanikiwa. Ninakaa mkononi mwako—sasa na milele. Amina. *(Yohana 10:27–28; Isaya 54:17; Zaburi 91)*

Sura ya 7: Shughuli za Mawakala wa Shetani

"Vaeni silaha zote za Mungu, mpate kuweza kuzipinga hila za Ibilisi.
Kwa maana kushindana kwetu si juu ya damu na nyama, bali juu ya falme na mamlaka, juu ya wakuu wa giza hili, juu ya pepo wabaya katika ulimwengu wa roho" — *Waefeso 6:11-12*

Kitabu hiki hakingekuwa kamili ikiwa mbinu tofauti za utendaji wa nguvu hizi hazitafichuliwa. Pia ni muhimu kwamba aina tofauti ambazo zinajidhihirisha ziwe wazi. *[Maoni:* ***Kusudi la kufichuliwa si kutukuza giza, bali kuwapa waumini uwezo wa kutambua (2 Kor 2:11).]***

Jambo moja liko wazi, nalo ni kwamba, ibilisi angekuhimiza uamini kwamba yeye ni hadithi tu au mawazo maovu rahisi, au angekufanya uone zaidi nguvu zake na kupunguza nguvu za Mungu. Ingawa Biblia inasema: "Hatupigani dhidi ya mwili na damu, bali dhidi ya falme na mamlaka, dhidi ya watawala wa giza la ulimwengu huu, dhidi ya pepo wabaya katika ulimwengu wa roho," Biblia pia inasema kwamba silaha za Wakristo dhidi ya ibilisi na mawakala wake "si za kimwili bali zina nguvu katika Mungu hata kuangusha ngome, tukiangusha mawazo na kila kitu kilichoinuka

kijiinuacho juu ya elimu ya Mungu, na tukiteka nyara kila fikira ipate kumtii Kristo" (2 Wakorintho 10:4–5).
[Maoni: ***Vita vya Kikristo ni vya kiroho, vinapiganwa kwa ukweli, utii, na mamlaka ya Kristo—si hofu.]***

Tena Maandiko yanatangaza waziwazi: "Kwa kusudi hili Mwana wa Mungu alidhihirishwa ili azivunje kazi za Ibilisi" (1 Yohana 3:8). Na Yesu, akiisha kuzivua enzi na mamlaka, alizionyesha hadharani, akizishangilia.
[Maelezo: ***Ushindi wa Kristo tayari umekamilika; vita vyetu vinalazimisha kazi Yake iliyokamilika (Wakolosai 2:15).]***

"Umetegwa kwa maneno ya kinywa chako, umekamatwa kwa maneno ya kinywa chako" (Mithali 6:2) yanasema Maandiko. Kwa hivyo mtoto wa Mungu lazima awe mwangalifu kukiri Neno la Mungu, ambalo Mungu ameahidi kwamba atalifanya haraka.
Kuna maungamo matatu yaliyotajwa katika Neno la Mungu:

1. Kukiri Uongozi wa Kristo.
2. Ungamo la imani katika Neno, katika Kristo na katika Mungu Baba.
3. Ungamo la dhambi.
   [Maoni: ***Ungamo si kuhusu toba tu—ni upatanifu na ukweli wa Mungu (Warumi 10:9–10).]***

Tunaposikia neno "kuungama," tunafikiria dhambi kwa urahisi. Ufafanuzi wa kamusi ya ungamo ni:

1. Kuthibitisha kitu tunachoamini.
2. Kushuhudia kitu tunachokijua.
3. Kushuhudia ukweli ambao tumeukubali.
   Kwa hivyo ni majuto kwamba kila tunapotumia

neno kukiri akili zingine hukimbilia dhambini. Mwandishi hapa anamtia moyo mtoto wa Mungu kuanza leo kukiri yale ambayo Mungu amesema. Ninyi mliokuwa mmekufa katika makosa, Mungu aliwahuisha pamoja na Kristo, naye akawafufua pamoja na kuwaweka katika ulimwengu wa roho (juu sana ya falme na mamlaka) katika Kristo Yesu. Kwa hivyo, Wakristo wanapaswa kutambua mahali walipoketi. Wanapaswa kujua kwamba wanafanya kazi kutoka juu hiyo, juu ya Shetani na mawakala wake.
[Maoni: ***Vita vya mwamini huanza na*** **ushindi juu ,** ***si mapambano chini (Efe 2:6).]***

Bwana Yesu Kristo amekupa mamlaka yote na mamlaka kama vile alivyokupa yote yanayohusu uzima na utauwa (2 Petro 1:3). Mungu hakukusudia kamwe kwamba hali ziwatawale watoto wake, badala yake Neno la Mungu kinywani mwa Mkristo liwatawale hali zake. Mungu alisema katika Yer. 23:29 akisema: "Je, neno langu si kama moto? Asema Bwana; na kama nyundo ivunjayo mwamba vipande vipande?" Wakristo, namaanisha Wakristo waliozaliwa mara ya pili, wanapaswa kutambua kwamba jina la Yesu linapotamkwa, kinachotoka vinywani mwao ni moto.
[Maoni: ***Yeremia 23:29 inafunua nguvu ya unabii—Neno lenyewe lina nguvu.]***

Mkristo anaposimama juu ya mamlaka aliyopewa na Kristo na kutoa amri katika jina la Yesu , moto hutoka kinywani mwake na pepo yeyote anayedhibiti hali lazima atii. Yesu yuko hai leo ili kuhakikisha kwamba kila neno Lake linatimia. Tena, nataka kuangazia jambo muhimu ambalo Wakristo wengi hupuuza, na ambalo Shetani anatumia.

Yesu, baada ya Petro kumwonyesha mtini mkavu uliolaaniwa na Bwana, alisema:

(Maelezo ya Mathayo)
"Amin, nawaambia, Mkiwa na imani na msiwe na shaka, mtafanya si tu hili lililotendeka kwa mtini, lakini pia mkiuambia mlima huu, Ng'oka ukatupwe baharini, litatendeka. Na mambo yote mtakayoomba katika maombi, mkiamini, mtapokea" (Mathayo 21:21–22).

(Simulizi la Marko)
"Mwaminini Mungu. Kwa maana amin, nawaambia, ya kwamba yeyote atakayeuambia mlima huu, Ng'oka ukatupwe baharini, wala asione shaka moyoni mwake, ila aamini kwamba hayo aliyosema yatatokea, yatakuwa yake yote atakayosema" (Marko 11:22–23).

Hapa Bwana anatuonyesha nguvu ya neno linalosemwa na pia anamtia moyo Mkristo kuwa mahususi katika maombi yake na katika kutumia mamlaka yake. Baadhi ya Wakristo huuliza mlima uondoke lakini hawauambie mlima WAPI paende. Yesu alisema ukiuambia mlima: "Ng'oka ukatupwe baharini..."
[Maoni: ***Usahihi katika maombi na mamlaka ni muhimu—Yesu alitoa mfano wa umahususi.]***

Kwa mfano, tuchukue mfano wa kutoa pepo. Baadhi ya Wakristo hufunga na kutoa pepo bila kuwatuma kwenye maeneo maalum. Hii ni hatari. Unapomfunga pepo hufungwa. Ukimtoa bila kumpeleka kwenye eneo maalum, hubaki ndani ya eneo hilo. Ikiwa pepo hukemewa tu kutoka kwa mtu, baadaye anaweza kurudi au kuingia kwa mtu yeyote ambaye si Mkristo. Kwa hivyo Wakristo wanapaswa kuwa waangalifu wanaposhughulika na pepo. Hakikisha

pepo amefungwa, hufukuzwa na kupelekwa kwenye eneo maalum (na kukatazwa kuingia tena).
[*Maoni:* ***Ukombozi unapaswa kufanywa chini ya uongozi wa Roho, si fomula; mamlaka + utambuzi.]***

Baadhi ya Wakristo walipokuwa wakiomba wangesema: “Ninawakamata ninyi mapepo kwa jina la Yesu.” Katika ulimwengu wa roho unaona mapepo yamesimama wima yakisubiri amri inayofuata. Lakini Mkristo akisimama wakati huo, hajamsaidia mwathiriwa. Usicheze na shetani. Huchezi na adui yako. Mungu amekutuma kwenye huduma ya ukombozi na upatanisho (kuwapatanisha watu na Mungu). Kwa hivyo lazima uwe mwangalifu kufanya kazi kamili.
[*Maoni:* ***Mamlaka ya kiroho lazima yaambatane na ukamilifu—nusu utii huacha nafasi.]***

Narudia, unapomfunga pepo, amefungwa. Unapomtupa nje mahali popote ndivyo ilivyo. Mradi tu huingilii dhambi bali unaishi katika mapenzi ya Mungu, amri yoyote unayompa ibilisi au mawakala wake kwa jina la Yesu lazima itiiwe. Mungu ameahidi kuunga mkono kila neno lake. Tunapoendelea na awamu inayofuata, udhihirisho wa Shetani na mawakala wake, nataka uwe na vifungu vifuatavyo akilini mwako:

1. “Mmekamilika katika Yeye aliye kichwa cha enzi YOTE na mamlaka” (Kol. 2:10).
2. "Tazama, nimewapa amri (mamlaka) ya kukanyaga nyoka na nge, na nguvu zote za adui, wala hakuna kitu kitakachowadhuru." (Luka 10:19)
3. "Tazama, hakika watakusanyika pamoja lakini si kwa mkono wangu. Yeyote atakayekusanyika pamoja juu yako ataanguka kwa ajili yako. Hakuna silaha itakayofanyika juu yako itakayofanikiwa; na kila

ulimi utakaoinuka juu yako katika hukumu utauhukumu. Huu ni urithi wa watumishi wa Bwana, na haki yao ni yangu."
[*Maoni:* ***Mistari hii mitatu inaunda imani ya vita ya kila siku ya mwamini—utambulisho, mamlaka, na ulinzi.]***

Nataka kukuonyesha katika kitabu hiki kwamba nguvu hizi mbaya hufanya kazi hasa katika makanisa, masoko, makaburi, misitu, hoteli, baharini na angani.

Katika Makanisa

Sisi ni mashahidi leo kwamba kuna watu wengi wenye pepo makanisani. Wengine hunena kwa lugha na hata kutabiri. Ni wale tu walio na Roho wa Mungu ndio wanaoweza kuwatambua hawa jamaa. Lakini hapa tunazungumzia mawakala wa Shetani makanisani. Tena, hatujadili washiriki wa siri wa madhehebu walio makanisani (baadhi hata ni viongozi), tunajua wapo. Ninachozungumzia ni wale wanaoingia kama mawakala wa Shetani:

1. Kusababisha ugomvi na mkanganyiko katika makanisa.
2. Kutawanya makanisa.
3. Kuwafanya wanaume na wanawake walale usingizi wakati mahubiri yanaendelea.
4. Kusababisha usumbufu wa aina mbalimbali wakati huduma imewashwa.
5. Kushinda roho kwa ajili ya Shetani.
   [*Maoni:* ***Utambuzi na utakatifu hulinda kutaniko zaidi ya kelele au mashaka. 1 Yohana 4:1–4.]***

Kwa kuwa tayari nilikuwa nimesema mambo machache kuhusu hayo hapo juu katika sura ya tatu, nitakupa ushuhuda tu wa yaliyotokea hivi karibuni. Wakristo wanapaswa kufuata kila neno la Bwana Yesu Kristo, kwa sababu wanapoasi au kukubaliana, huwa katika hatari ya kuanguka kwa jaribio dogo la Shetani au mawakala wake. Wakristo wameitwa kutoka gizani na kuingia katika nuru ya ajabu ya Mungu. Wakristo wameitwa kujitenga kabisa na ulimwengu na kile kinachotolewa. "Tokeni kati yao, mkajitenge nao," (2 Kor. 6:17) yasema Maandiko.

(Ushuhuda wa Dada J)
Kulikuwa na dada huyu, dada J (jina limehifadhiwa). Alizaliwa mara ya pili na alikuwa mshiriki kamili wa moja ya makanisa 'yaliyo hai'. Baadaye alihamisha uanachama wake hadi dhehebu langu. Alishiriki katika shughuli zote kanisani na alikuwa mshiriki sana katika hizo. Lakini tabia yake wakati fulani ikawa ya kutiliwa shaka. Kwa hivyo wachache wetu tuliamua kumtembelea nyumbani kwake na kujua ni nini hasa kilikuwa kibaya kwake. Tulipokuwa tukimhoji, roho zilizokuwa ndani yake zilikasirika na kuanza kujidhihirisha, kisha tukamwambia alikuwa mwakilishi wao kanisani. Mapepo haya yalitolewa kutoka kwake na ukombozi ukahudumiwa kwake. "Dada, vipi wewe ni mwakilishi wa Shetani, lakini pia mshiriki kamili wa kanisa?" tuliuliza.
Alichotuambia ni yafuatayo:

Yote yalianza siku moja, baada ya ibada ya Jumapili, 'dada' (mwamini wa kike katika Kristo, kama alivyofikiria) alimjia na kuelezea hamu yake ya kuwa karibu naye kwa sababu, kulingana na 'dada' huyu, anavutiwa na maisha ya Kikristo ya dada J. Alikubali urafiki wake bila kusita. Wawili hao walienda nyumbani kwa dada J na yule anayeitwa 'dada'

alileta ndizi na karanga za kusaga, ambazo wote walikula. Alikaa na Dada J kwa muda na baadaye akaondoka.
Ziara zake zikawa za kawaida, na kila ziara alimletea dada J zawadi. Zawadi hizo zilianzia magauni, viatu, pesa, n.k. Wakati mwingine rafiki wa dada J angekuja na wasichana wengine wengi. Hii iliendelea kwa muda na 'dada' huyo alipoona kwamba amefanikiwa kuzima nuru ya Kristo ndani ya Dada J, alibadilika na kuanza kumtembelea Dada J katika roho. Kisha Dada J alipewa kitambaa chekundu, jiwe la maji, pete kwa kidole chake cha mguu wa kulia, na mnyororo kwa kifundo cha mguu wake. Kwa sababu alikuwa amekula sana nao na alikuwa amechukua mengi kutoka kwao, hakukuwa na nafasi ya kurudi nyuma. Aliingia agano nao na kuanza kuhudhuria mikutano yao. Angeweza kubadilika na kuwa nyoka, popo, n.k. Kisha akawa wakala wao wa kuwavua roho kanisani.
Mungu asifiwe kwa kuwa sasa ametolewa! Karama zote alizopewa ziliharibiwa na sasa anafurahi tena katika Bwana.
[Maoni: ***Ushuhuda huu unasisitiza 1 Kor 15:33 — " Mawasiliano mabaya huharibu tabia njema." Uhamisho wa kiroho unaweza kutokea kupitia vyama visivyojali.]***

Mpendwa msomaji, yote yalianza na urafiki usio wa kawaida, na kwa sababu Dada J hakuwa na roho ya utambuzi na hakuwa macho kama alivyoamriwa na Bwana "kesheni na mwombe msije mkaingia majaribuni," (Marko 14:38) alipotea na kuanguka ndani kabisa ya mikono ya adui na jamii yake ingeweza kuishia kuzimu kwa sababu ya uzembe.

Unaweza kuwatambua kwa urahisi mawakala wa Shetani kwa yafuatayo:

- Wanavaa pete kwenye moja ya vidole vyao vikubwa vya miguu, mnyororo kuzunguka kifundo cha mguu, pete za puani, bangili zisizo za kawaida, n.k.
- Wanaweza kuingia kanisani au katika ushirika na kuwa na bidii sana katika shughuli za kundi au kanisa, kwa ajili ya Mkristo mmoja tu wanayemtafuta.

  Baadhi wana tabia zisizo za kawaida, wengine ni waovu, n.k. Ndiyo maana mtoto wa Mungu anapaswa kumwomba Mungu roho ya utambuzi, ili amwezeshe kuwatambua kwa haraka. Mara tu wanapojua umewatambua , wanahakikisha hawakaribii. Sababu ni kwamba bwana wao atawaonya kukuhusu!

Katika Soko

Wanafanya kazi katika aina mbalimbali sokoni. Soko ni mojawapo ya maeneo yao makuu ya shughuli, kama vile hoteli ilivyo ambapo huwasubiri wanaume. Sokoni, huwachagua waathiriwa wao, baadhi ya wanawake wajawazito ambao mimba zao huharibika ili kuwawezesha kupata damu kwa ajili ya benki zao za damu. Baadhi ya waathiriwa wangeandamana nao hadi nyumbani kwao ili kuwatembelea usiku.
[Maoni: ***Kifuniko cha mwamini ni damu ya Yesu, si hofu—tembea katika usafi na ujasiri (Zaburi 91).]***

Hili hutokea kwa wasioamini! Baadhi ya bidhaa za ajabu zinazouzwa sokoni mfano mikufu, midomo, manukato, na vyakula kama vile dagaa "Malkia wa Pwani" n.k., zina asili ya ajabu.

Kuna matendo fulani ambayo Wakristo wanapaswa kuyazingatia, kwani unaweza kumuona mwanamke au labda bwana akigusa tumbo lako au sehemu yoyote ya mwili wako ghafla. Inasababisha ugonjwa. Kwa hivyo, Mkristo anapaswa, anapopitia hili, kutoa amri kwa jina la Yesu, akitawanya au kuharibu mipango ya shetani, n.k. Na hakika chochote utakachotawanya au kufunga hapa duniani kitakuwa hivyo. (Mathayo 16:19, Mathayo 18:18)
[Maoni: ***Jibu muhimu si hofu bali ni tamko: tumia mdomo wako kutekeleza mipaka ya kimungu.]***

Shughuli za Kitamaduni

Pia ni muhimu sana kutambua kwamba watu wengi huingizwa katika shughuli za Shetani au hupagawa kupitia sherehe na densi nyingi za kitamaduni. Tamaduni zetu nyingi zinaongozwa na mapepo. Baadhi kupitia marafiki, wengine kupitia kusoma vijitabu au riwaya. Mapepo huelea karibu na kila sanamu. Hufanya kazi kupitia sanamu katika desturi ya ibada ya sanamu (Zek 10:2). Kama sehemu dhahiri ya dini, ibada ya sanamu huhusisha nguvu za kimungu na mawakala wa asili na humpa heshima kimungu kitu kilichoumbwa (Rum 1:18-22). Maandiko yanafafanua ibada ya sanamu kama uzinzi wa kiroho (Yer 3:8-10). Kwa hivyo mtoto wa Mungu hapaswi kuwa na uhusiano wowote, moja kwa moja au kwa njia isiyo ya moja kwa moja, na ibada ya sanamu.
Kile kinachoitwa maisha ya juu, muziki wa juju na disco huongozwa na Shetani na mapepo yake.
[Maoni: ***Utamaduni lazima uchujwe kupitia ubwana wa Kristo, sio kukataliwa kwa jumla—lakini ibada yote ya sanamu lazima ikatwe.]***

Nakumbuka kwamba kabla Bwana hajaniokoa, katika moja ya mikutano tuliyofanya na Shetani, alisema: "Ulimwengu huu ni wangu nami nitatawala ulimwengu wote kwa uwezo wangu, na nitawaangamiza wote wanaoamini katika jina la Mwenye Haki." Shetani hataji jina la Yesu. Mtu yeyote akifanya hivyo mbele yake ana hatari ya kupoteza maisha yake. Aliahidi kuwafanya sisi mawakala wake, magavana, n.k. Shetani ni mwongo na kweli ni baba wa uongo.
Pia kulikuwa na mipango ya kuwanyamazisha Wakristo nchini Nigeria kwa kuzuia uingizaji wa Biblia na fasihi ya Kikristo. Anafanya kazi kupitia wasioamini katika nafasi za uongozi na mamlaka, kuanzisha sera na programu za kupinga Ukristo. Anaanzisha vituo vya uponyaji ambavyo vingeonekana kuwa vya kidini sana na kupitia hivyo kudai roho. Vituo hivi ambavyo kwa kawaida huitwa nyumba za uponyaji wa kiroho vimetuzunguka. Hapa maajabu mengi ya uongo hufanywa ili kuwadanganya wateja wao.
[Maoni: ***Ishara za uongo na roho bandia ni mfano wa shetani—jaribu kila roho (1 Yohana 4:1).]***

Shetani anajua sana ujio wa pili wa Yesu Kristo na huwahimiza mawakala wake kila mara kuharakisha na kuwa na bidii katika shughuli zao, kila mara wakisema: "Hatuna muda uliobaki." Mpendwa mtoto wa Mungu, Shetani hajalala, kwa nini ulale?
[Maoni: ***Warumi 13:11 — " Ni wakati wa kuamka usingizini." Uharaka ni halisi, lakini ushindi wa Mungu pia ni halisi.]***

Tafakari: Kusimama Imara katika Vita vya Kiroho

Tambua: Uovu ni halisi, lakini Kristo ni mkuu zaidi (1 Yohana 4:4).
Pinga: Endelea kujitiisha kwa Mungu; mpinge ibilisi naye atakukimbia (Yakobo 4:7).
Upya: Jaza kinywa chako Maandiko na ibada, si hofu.
Husianisha: Endelea kupandwa katika ushirika unaoongozwa na Roho na chini ya mamlaka ya kimungu.
Funua: Tumia utambuzi; funua giza kwa nuru, si shutuma.
Pumzika: Ishi kutoka katika nafasi yako ya kukaa ndani ya Kristo—juu sana ya nguvu zote.

Maombi ya Silaha na Utambuzi

Bwana Yesu Kristo, umeshinda enzi na mamlaka.
Nivike kila siku silaha zako—mkanda wa kweli, kifuani cha haki, ngao ya imani, kofia ya chuma ya wokovu, na upanga wa Roho. Nifundishe kusimama imara, kutambua kila bandia, na kutumia mamlaka yangu katika upendo na unyenyekevu. Niamshe niombe, niangalie, na kung'aa kama nuru katikati ya giza. Katika jina lako, kila ulimi wa udanganyifu utanyamazishwa, kila mtego utafichuliwa, na kila nguvu ya giza itavunjwa. Nimefichwa pamoja na Kristo katika Mungu—haitikisiki na mshindi. Amina.
(Waefeso 6:10–18; Wakolosai 2:15; Zaburi 91)

Sura ya 8: Silaha za Mwamini

(Jina la Yesu · Damu ya Yesu · Neno la Mungu · Sifa za Kikristo)

"Hatimaye, ndugu zangu, mzidi kuwa hodari katika Bwana na katika uweza wa nguvu zake. Vaeni silaha zote za Mungu, mpate kuweza kuzipinga hila za Ibilisi ." — *Waefeso 6:10–11*

"Nao wakamshinda kwa damu ya Mwana-Kondoo na kwa neno la ushuhuda wao..." — *Ufunuo 12:11*

Tayari nimesema mengi kuhusu hili hapo awali, lakini ni kutoa mifano michache tu. Tafadhali tambua kwamba kuna NGUVU katika jina hilo la Yesu! Kuna Nguvu katika Damu ya Yesu!

Maandiko yanasema:

"Naye alipoonekana ana umbo kama mwanadamu, alijinyenyekeza, akawa mtii hata mauti, naam, mauti ya msalaba. Kwa hiyo Mungu alimwadhimisha sana, akampa Jina lile lipitalo kila jina; ili kwa Jina la Yesu kila goti lipigwe, la vitu vya mbinguni, na vya duniani, na vya chini ya nchi; na kila ulimi ukiri ya kuwa Yesu Kristo ni Bwana, kwa utukufu wa Mungu Baba." (Wafilipi 2:8-11)

Tena Maandiko yanasema:

"Nao wakamshinda kwa Damu ya Mwana-Kondoo na kwa Neno la ushuhuda wao." (Ufunuo 12:11)

Jina "Yesu" liwe midomoni mwako kila wakati! Hizi mbili, jina na damu, hutawanya mipango ya Shetani, na kwa kweli huharibu mikakati ya Shetani na mawakala wake.
[*Maoni:* ***Jina la Yesu si fomula—ni mamlaka iliyotolewa. Damu si ushirikina—ni kifuniko cha agano. Kwa pamoja, zinatekeleza ukombozi.]***

Nguvu katika Sifa

Pili, lazima ujifunze kumwimbia Mungu sifa kila wakati. Kuna nguvu katika sifa.

Kulikuwa na Mchungaji huyu — Mchungaji IK (jina limehifadhiwa). Alikuwa mchungaji wa kanisa huko Ebute Metta. Alikuwa shabaha yangu na makosa yake yalikuwa:

1. Alituvuruga amani kwa kufanya simu za asubuhi na mapema yaani kuhubiri saa za asubuhi.
2. Alizunguka-zunguka na megaphone yake na akasimama katika kituo cha mabasi nambari 2 kando ya Barabara ya Akintola, Ebute Metta. Huko angehubiri. Hakuishia hapo bali angeendelea kufunga mapepo, n.k.
3. Katika kanisa lake angehubiri, akifichua kazi za giza, na baada ya hapo akaanza kufunga mapepo.
4. Aliomba sana.
5. Alikuwa akiimba na kumsifu Mungu kila wakati.
   [** *Maoni:* **Sifa si kitu cha kujaza—ni vita. Zaburi 149 inasema sifa hufunga wafalme kwa minyororo.]

Nilituma wajumbe wangu kwake lakini hawakuweza kumuua, kwa hivyo niliamua kutekeleza misheni hiyo mwenyewe. Siku hiyo, nilimwona akitembea kwenye GRA mpya.

Jambo la kutaja hapa kuhusu Mchungaji huyu ni: wakati wowote tulipomwendea, tungeona nguzo za wingu kwa mikono yake ya kulia na kushoto, zikitembea pamoja naye, kwa hivyo hizi zilituzuia. Lakini siku hii sikuona chochote, kwa hivyo nilikuwa na uhakika mara mbili kwamba misheni yangu ingefanikiwa sana.

Niliamuru mvua inyeshe ili niweze kumpiga kwa radi. Mvua ilianza na radi ikaanza. Miti yote katika eneo hilo ilianza kupoteza matawi yake, lakini Mchungaji huyu alikuwa akiimba kwa furaha. Bado nakumbuka kiitikio:

"Katika Jina la Yesu kila goti litapigwa."

Alipoendelea na korasi hii, mvua ilisimama, radi ikakoma. Mara malaika wawili walionekana, mmoja kila upande, wakiwa na panga za moto. Macho yao na panga zao zilikuwa kama miali ya moto. Kisha upepo mkali ulinichukua na nikajikuta katika mji mwingine! Kwa kweli nilichanganyikiwa, lakini kwa sababu tulikuwa wagumu sana, nilichosema ni: “Mtu huyu ametoroka tena!”

Mchungaji hakujua vita vya kiroho vilivyopiganwa kwa niaba yake. Kwa hivyo, unaweza kuona, mtoto wa Mungu yuko salama. Biblia inaposema: *“Hakuna kitakachokudhuru,”* inamaanisha kile inachosema!
[Maoni: ***Sifa hualika uwepo wa Mungu—Zaburi 22:3. Mahali Mungu anapokaa, giza hukimbia.]***

Nguvu ya Damu

Ushuhuda wa pili ni kuhusu Mkristo aliyepanda teksi moja nami. Alikuwa na bidii sana na akaanza kusambaza trakti za Injili ndani ya teksi. Aliponipa trakti niliikataa. Alianza kuhubiri. Kwa hivyo niliingiwa na wasiwasi na kumpiga kwa pete kwenye kidole changu. Hiyo ilikuwa ni kumuua.

Mvulana huyu alipiga kelele: "Damu ya Yesu!" Mara moja umeme na moto vikatokea na malaika akanitokea. Upepo mkali ulinitoa tena kwa nguvu kubwa kutoka kwenye teksi na kuingia kwenye msitu mnene. Kama singekuwa mtu anayeungwa mkono na nguvu za uovu ningeweza kupotea msituni. Mkristo hakujua vita vilivyoendelea kwa niaba yake. Alichojua tu, ikiwa ni pamoja na abiria wengine, ni kwamba nilikuwa nimetoweka kutoka kwenye teksi!
[Maoni: ***Damu bado inazungumza (Waebrania 12:24). Jibu la haraka la kila mwamini —*** **" Damu ya Yesu!"** ***— huamsha ulinzi wa mbinguni.]***

Jina la Yesu au Damu ya Yesu kinywani mwa mwamini hutoa moto n.k. Maandiko yanasema:

"Jina la Bwana ni ngome imara; Mwenye haki huikimbilia , akawa salama." (Mithali 18:10)

Mpendwa msomaji, ikiwa wewe ni mtoto wa Mungu, kumbuka kwamba Mungu ameitukuza neno lake juu ya jina lake lote (Zaburi 138:2). Kwa hivyo kiri Neno (Neno la Mungu) ukiamini kwamba ulichosema kitatimia, na kitakuwa hivyo. Hiyo ndiyo ahadi ya Mungu!
[Maoni: ***Neno hutoa sauti kwa damu na nguvu kwa Jina. Zote tatu—Neno, Damu, Jina—huunda utatu wa ushindi wa mwamini.]***

Tena ningependa kutaja hapa kwamba unaweza kukiri tu kile unachokijua. Maandiko yanatuamuru kufurahia Neno la Mungu, tukitafakari mchana na usiku. (Zaburi 1:2) Ili uweze kugawanya Neno la Kweli kwa usahihi, ni lazima ulijue.

"Neno la Kristo na likae kwa wingi ndani yenu katika hekima yote." (Wakolosai 3:16)
"Heri mtu yule asiyekwenda katika shauri la wasio haki, wala hakusimama katika njia ya wenye dhambi, wala hakuketi barazani pa wenye dharau. Bali anapendezwa na sheria ya Bwana; na katika sheria yake hutafakari mchana na usiku. Naye atakuwa kama mti uliopandwa kando ya vijito vya maji, Uzaao matunda yake kwa majira yake; Wala jani lake halinyauki; Na kila afanyalo litafanikiwa." (Zaburi 1:1–3)

Karibia Biblia yako; omba bila kukoma; uwe na moyo wa kuimba na usimame, ukitumia mamlaka uliyopewa na Bwana Yesu Kristo!
[Maoni: ***Maarifa huchochea mamlaka. Moyo wa kuimba huendeleza ushindi. Hii si desturi—ni uhusiano.]***

Tafakari: Silaha Nne za Waliokombolewa

1. Jina: Litangaze—Yesu ni Bwana juu ya kila hali (Flp. 2:9–11).
2. Damu: Lipake—ngao yako ya agano dhidi ya shutuma na madhara (Ufu. 12:11).
3. Neno: Liseme—upanga wako wa Roho na kiwango cha ukweli (Efe. 6:17).
4. Sifa: Ishi—bendera yako ya ushindi inayovuta uwepo wa Mungu (Zab. 149:6–9).

Fanya Mazoezi Kila Siku:

- Anza kila asubuhi kukiri Neno.
- Omba damu juu ya nyumba yako.
- Sifa kabla ya maombi yako.
- Tumia Jina kwa mamlaka, si kwa hofu.

Maombi ya Mamlaka na Sifa

Bwana Yesu, Jina Lako Liko Juu ya Kila Jina.
Damu Yako Hunena Mambo Mema Zaidi ya Damu ya Habili.
Neno Lako Ni Uzima, Nuru, Na Moto Kinywani Mwangu.
Leo Najivika Ushindi Wako. Kila Mpango wa Giza Utawanyike; Kila Ulimi wa Shutuma Unyamazishwe. Nifundishe Kutumia Upanga wa Roho na Kuishi Katika Nyimbo za Sifa. Ninashinda Kwa Damu Yako, Neno Lako, Na Jina Lako. Asante Kwa Malaika Waliopewa Kazi Na Amani Ipitayo Uelewa. Nimefichwa Ndani Yako, Mshindi Wa Milele. Amina.
(Flp. 2:9–11; Ufu. 12:11; Efe. 6:10–18; Zab. 149)

Sura ya 9: Sasa Nini Kinachofuata?

" *Roho na bibi arusi waseme, "Njoo!" Na yeye asikiaye na aseme, "Njoo!" Yeyote aliye na kiu, na aje; na ye yote anayetaka, na achukue zawadi ya maji ya uzima bure.* " — **Ufunuo 22:17**

Baada ya kusoma ushuhuda huu, huhitaji mahubiri zaidi ili kutoa maisha yako kwa Yesu Kristo. Maandiko yanasema: "Mwizi (Shetani) haji ila kuiba, kuua na kuharibu. Mimi (Yesu Kristo) nimekuja ili mpate uzima, kisha muwe nao tele" (Yohana 10:10).

[**Dokezo la Mhariri:** ***Tofauti ni ya makusudi: Shetani huiba/huharibu; Yesu hutoa uzima*— sasa *na* milele *.]***

Shetani anakuchukia na amebuni njia mbalimbali za kukupeleka kuzimu pamoja naye. Hilo, unaweza kushuhudia kutokana na ushuhuda huu. Ikiwa Shetani anakuahidi au hata anakupa zawadi, ujue kwamba ni kwa nia mbaya. Shetani ni mwongo na baba wa uongo. (Yohana 8:44) Mungu alimwita adui yako, kwa nini usimwamini Mungu na Neno Lake?

[**Dokezo la Mhariri:** ***Kila "zawadi" kutoka gizani ni mtego wenye minyororo iliyofichwa. Uhuru unapatikana katika Kristo pekee.]***

Sio kwa bahati mbaya kwamba ulikutana na ushuhuda huu. Jichunguze na uhakikishe uko ndani ya Kristo. Utafanikiwa tu kujidanganya ikiwa utachagua kubaki 'mwenda kanisani' na kibaya zaidi, ikiwa bado utaamua kuweka mtazamo wa kutojali uamuzi huu muhimu zaidi maishani mwako.

[**Dokezo la Mhariri:** ***Hii ni zaidi ya mahudhurio; ni utii. Yesu hawaalika mashabiki—Anawaita wanafunzi.]***

Tunakusihi kwa niaba ya Kristo: Patanishwa na Mungu. Kama bado hujaokoka, hiyo ina maana kwamba ikiwa kulingana na Neno la Mungu hujamkubali Bwana Yesu Kristo kama Bwana na Mwokozi wako binafsi, kufuatia ubatizo wa maji kwa kuzamishwa, tunakutia moyo kufanya hivyo bila kuchelewa.

Kesho inaweza kuwa imechelewa sana.
(Waebrania 3:15)

Tafakari: Jibu Simu—Sasa

- **Neema ipo:** Ukihisi kusadiki, *huyo ni* Roho Mtakatifu anayekualika (Yohana 16:8,13).
- **Kutoegemea upande wowote si salama:** Kuchelewa ni uamuzi; kuahirisha huimarisha minyororo ya zamani.
- **Kristo anatosha:** Damu yake hufuta hatia, huvunja maagano na giza, na kukuvika maisha mapya (Kol. 1:13–14).

Sala ya Wokovu (Ikiwa unamgeukia Yesu sasa)

Bwana Yesu Kristo, naja kwako leo.
Ninaamini ulikufa kwa ajili ya dhambi zangu na kufufuka kutoka kwa wafu.

Ninakukiri kama Bwana na Mwokozi wangu. Nisamehe, nisafishe kwa damu yako, na unipe moyo mpya. Ninamkataa Shetani na kila agano na giza. Ninapokea Roho wako Mtakatifu na nguvu zako za kuishi maisha mapya. Asante kwa kuniokoa. Amina.
(Yohana 1:12; Warumi 10:9–10; Wakolosai 1:13–14)

Sala ya Kujikana na Uhuru (Ikiwa umewahi kuwa na uhusiano wowote wa kichawi)

Kwa jina la Yesu Kristo:
Ninakataa kila mkataba, kiapo, kufundwa, ibada, na kitu kinachohusiana na uchawi, uchawi, uchawi, nguvu za baharini, jamii za siri, na madhabahu za mapepo. Ninakata kila kifungo cha roho kinachoundwa kupitia desturi hizi. Ninafuta kila msingi wa kisheria unaodaiwa na giza kupitia damu ya Yesu. Ninaamuru roho zote chafu ziniondoke sasa na zisirudi tena. Ninaweka mwili wangu, roho, na roho yangu kwa Bwana Yesu Kristo pekee. Amina.
(Ufu. 12:11; Kol. 2:14–15; Luka 10:19)

Hatua Zako Tano Zinazofuata

1. **Ubatizwe katika Maji (kwa kuzamishwa)** — kama tendo la utii na utambulisho wa hadharani na Kristo (Matendo 2:38; Warumi 6:3–4).
2. **Jiunge na Kanisa la Neno-Roho** — jumuiya inayohubiri Biblia, inayozingatia Kristo, inayosali na kufundisha.

3. **Vunjeni Vitu vya Mizimu** — vitabu, hirizi, madhababu, pete, mavazi; vueni na chomeni (Matendo 19:19).
4. **Anza Mdundo Rahisi wa Kila Siku** — Maandiko (yaliyosomwa kwa sauti), sala, ibada; andika kwenye shajara yale ambayo Mungu anakuonyesha.
5. **Mwambie Mtu** — shiriki ushuhuda wako kwa busara; huimarisha uhuru wako na kuwasaidia wengine (Ufu. 12:11).

Mwongozo wa Ushambani: Kustawi Baada ya Ukombozi

- **Kuwa:** Panda katika kanisa la Neno-Roho; fuata ushauri.
- **Jenga:** Maandiko Matakatifu ya Kila Siku + sala (sema kwa sauti); funga mara kwa mara.
- **Kuvunja:** Kukataa maagano ya zamani; kuharibu vitu vya kichawi (Matendo 19:19).
- **Mipaka:** Hakuna mikataba ya siri; hakuna mawasiliano na "marafiki" wa kichawi.
- **Vita:** Tumia ungamo, ushirika, na kuamuru maombi (Efe. 6:10–18).
- **Shuhudia:** Shiriki ushuhuda wako kwa busara; huondoa mashtaka (Ufu. 12:11).

Sala ya Ulinzi na Uvumilivu

Bwana Yesu, Wewe ni Mchungaji wangu. Ninasikia sauti yako na kukufuata.

Ninakataa kila tishio, makubaliano, na vitisho vya giza. Nizungushe kwa moto wako, uwape malaika njia yangu, na uniimarishe katika Neno lako na jamii yako. Hakuna silaha itakayofanyika dhidi yangu itakayofanikiwa. Ninakaa mkononi mwako—sasa na milele. Amina.
(Yohana 10:27–28; Isa. 54:17; Zaburi 91)

Njia ya Kuelekea Kwenye Barabara ya Siku 40 (Si lazima, kwa wasomaji wanaotaka safari inayoongozwa)

Kwa umbizo fupi la kila siku (nusu ukurasa kwa siku), tazama ibada ya pamoja tuliyoirejelea hapo awali: ***Kutoka Gizani hadi Dominion: Siku 40 za Kujitenga na Mtego Uliofichwa wa Giza*** — inaunganisha Maandiko, ufahamu mfupi, na maombi yanayolenga ufahamu, ukombozi, na nguvu.

Shiriki Ushuhuda Wako / Omba Msaada

Tungependa kusimama nawe. Shiriki kile ambacho Yesu amefanya au omba ushauri hapa:
Shiriki ushuhuda wako au wasiliana nasi:
https://www.otakada.org/contact-us-otakada/

Maswali ya Wasomaji, Mazungumzo ya Kimataifa na Shule ya Ukombozi

"Atakapokuja Roho wa Kweli, atawaongoza awatie kwenye kweli yote." — Yohana 16:13

Kote duniani, ushuhuda huu unaendelea kuibua maswali na ufunuo miongoni mwa waumini. Mojawapo ya mazungumzo kama hayo yalitoka kwa **Ndugu Francesco** , muumini nchini Italia. Maneno yake yanaonyesha njaa ya familia inayokua duniani kote ambayo inagundua kwamba vita vya kiroho si nadharia bali ni ukweli — na kwamba Roho Mtakatifu anawaamsha walinzi katika sehemu zisizotarajiwa.

Mazungumzo na Francesco (Italia)

Kabla ya kusoma ushuhuda wa Mchungaji Emmanuel Amos Eni, aliandika Francesco, *nilikuwa na maono na ufunuo kuhusu jinsi Shetani alivyopangwa — muundo wa amri na udhibiti , kazi mbalimbali za mapepo, na kinachowasukuma. Sijawahi kuwasiliana na Shetani katika siku zangu za nyuma, wala familia yangu haikuwa nayo. Hapa Italia, Wakristo mara chache hupata uzoefu kama huo, na wengi wetu hatuzungumzii kamwe kuhusu vita vya kiroho. Ndugu mmoja katika Kristo alinishauri nisome kitabu cha Mchungaji Eni — na kilikuwa cha kustaajabisha! Kila kitu ghafla kilikuwa na maana. Niligundua kuwa kuna ulimwengu usioonekana unaotuzunguka. Nilijua Shetani alikuwepo, lakini nilidhani alikuwa mbali. Sasa naona shughuli zake waziwazi.*

Kwa hivyo tafadhali, wacha niulize:

1. *Kwa nini mwamini rahisi kama mimi apate ufunuo kama huo kuhusu Shetani bila hata kujihusisha naye?*
2. *Kwa nini nilisikia sauti — ambayo kwa wazi haikuwa ya Mungu — ikinipa ufunuo kuhusu jinsi malaika walioanguka walivyofukuzwa kutoka mbinguni?*
3. *Kwa nini sauti hiyo hiyo ilinipa nguvu ya kufanya mambo yatokee?*
4. *Kwa nini, baada ya kukataa ofa hizi, nilipata ajali na kuvunjika mguu, na kusababisha upasuaji na shinikizo kwa familia yangu?*

Ufuasi Kupitia Mazungumzo

Francesco alipowasiliana naye, Balozi **Monday O. Ogbe** wa *God's Eagle Ministries* alijibu — si kwa majibu ya haraka, bali kwa kumwalika kwenye mazungumzo na **Roho Mtakatifu kupitia Maandiko.**

"Roho Mtakatifu atatoa majibu yanayoshughulikia yanayotokea karibu nawe," aliandika.
"Kazi yake kuu ni kutuongoza katika kweli yote. Kwa hivyo kabla sijakujibu, ningependa utafakari mistari hii - Yohana 16:5-15 - na uandike kile unachojifunza. Acha Roho akuongoze, sio mantiki."

Francesco alikubali. Saa chache baadaye, alijibu:

"Yesu anazungumza na wanafunzi wake, akiwaambia ataondoka hivi karibuni. Anaahidi Roho Mtakatifu atakuja kuelezea kile ambacho hawakuweza kuelewa bado, kufichua matukio yajayo, na kuwapa nguvu na maarifa ya ajabu. Wanafunzi watapata kupitia Roho kile walichopoteza kupitia kuondoka kwake kimwili."

Mazungumzo yaliendelea huku Balozi Ogbe akimwongoza kujifunza **Luka 4:1–28** , **Mwanzo 3** , **Mwanzo 6** , na **Ufunuo 12** , akimwomba aandike alichokiona.

Francesco alijibu kwa uaminifu, mstari kwa mstari — akitafsiri jaribu la Kristo, anguko la Adamu na Hawa, utii wa Nuhu, na gharika. Alibainisha jinsi nyoka anavyotumia akili, hisia, na utashi; jinsi utii unavyohifadhi hatima; na jinsi hata hukumu inavyofunua rehema ya Mungu.

Kisha akakubali kwamba hakuelewa kikamilifu *Ufunuo 12.* “Nitakuachia hilo,” aliandika, “kwa maana sina ufunuo kutoka kwa Roho Mtakatifu kuhusu sura hiyo.”

Wakati wa Kufundisha — Ufunuo 12 na Vita vya Kiroho

Balozi Ogbe alijibu kwa mafundisho ya kina, akimwongoza Francesco katika tamthilia ya ulimwengu ya *Ufunuo 12:*

"Sura hii inaonyesha mgogoro usioonekana - mwanamke, mtoto, na joka. Mwanamke anawakilisha jumuiya ya agano la Mungu; mtoto, Yesu Kristo; na joka, Shetani, nyoka wa kale."

Vita mbinguni (mistari ya 7–9) inaonyesha jinsi Shetani na malaika zake walivyotupwa chini — si kwa silaha za kimwili bali kwa mamlaka ya kimungu. Ushindi wa Kristo msalabani uliwanyang'anya silaha, lakini ghadhabu yao duniani iliongezeka. Hasira ya joka sasa inawalenga waumini, lakini mstari wa 11 unatupa ufunguo wa ushindi:

'Walimshinda kwa damu ya Mwana-Kondoo, kwa neno la ushuhuda wao, wala hawakupenda maisha yao hata kufa.'

Hii si ishara; ni ukweli kwa kila Mkristo. Shetani hushambulia kupitia udanganyifu, kiburi, hofu, shutuma, na kutengwa. Lakini ulinzi wa mwamini ni damu ya Yesu, ungamo la imani, na kujisalimisha kabisa.

Ufunuo, majaribu, mashambulizi, na urejesho — huu ni mpangilio unaojirudia wa ukuaji wa kiroho.

Kujibu Maswali ya Francesco

"Ndugu Francesco," Balozi Ogbe aliendelea, "ulifanya vyema kukataa sauti iliyotoa ufunuo na nguvu. Huyo hakuwa Roho Mtakatifu bali roho mdanganyifu akitafuta kukuvuta mbali na kumtegemea Kristo. Kama vile Shetani alivyomjaribu Hawa na baadaye kumjaribu Yesu, mara nyingi huwaendea waumini na ofa ya njia za mkato za kiroho. Ulipinga — na utii huo ulimkasirisha adui.

Ajali na ugumu uliofuata ulikuwa mashambulizi ya kujibu, si adhabu. Lakini Mungu huruhusu majaribio kama hayo ili kuimarisha utambuzi na mamlaka. Sasa unafunzwa kama mlinzi wa Italia, ambapo wengi bado wanaamini adui yuko mbali au ni wa mfano.

Mtazame Yesu, si gizani. Unapokuwa na wasiwasi, tangaza kwa sauti kubwa:
'Mimi ni wa Yesu Kristo. Damu ya Mwana-Kondoo inanifunika. Ninapokea tu kile kinachotoka kwa Roho Mtakatifu na kukataa kila sauti nyingine kwa jina la Yesu.'

Tumia muda mwingi kuabudu kuliko kumtazama adui. Ufunuo hautolewi ili kukutisha bali kukuamsha na kukupa vifaa. Bwana alikuchagua uombee taifa lako."

Hatimaye, Balozi Ogbe alimhimiza achukue hatua:

"Sasa kwa kuwa unaona uhalisia wa ulimwengu usioonekana, tafuta njia za kushiriki kile ulichopokea - kwa maandishi, mafundisho, au ushuhuda - ili wengine waweze kuachiliwa kama ulivyokuwa. Wewe si mwanafunzi tu tena; unakuwa mkombozi."

Jibu la Francesco lilikuwa rahisi:

"Asante, kaka yangu. Nitachukua hili kwa uzito."

Kujitolea kwa Francesco na Sala ya Kutuma

"Ninakushukuru sana kutoka ndani kabisa ya moyo wangu," aliongeza baadaye.
"Nitaongeza muda wangu wa kuomba kwa lugha; nitaandika katika daftari langu kila ufunuo ambao Roho

Mtakatifu anatoa; na nitamwomba Roho Mtakatifu anilishe kila siku kwa maneno Yake."

Balozi Ogbe alijibu:

"Na muhimu zaidi, fikiria jinsi ufahamu huu utakavyoathiri vizazi ambavyo bado havijazaliwa - kama hadithi ya Emmanuel Eni. Mungu hakukuonyesha hili ili kulificha bali kulishiriki. Unapaswa kuwa shahidi kwa jumuiya kubwa ya watafutaji kote ulimwenguni."

'Atanionyesha jinsi ya kueneza hilo,' Francesco alijibu.

Balozi Ogbe aliandika:

"Amina! Je, itakuwa sawa nikiomba nawe sasa?"

Na alifanya hivyo — sala iliyofika mbali zaidi ya Italia, kwa kila mwamini anayesoma maneno haya.

Maombi ya Kutuma

Baba wa Mbinguni,
Tunakushukuru kwa ajili ya mtumishi wako Francesco na kwa wote wanaoamka kwa ukweli wako katika mataifa yote.
Asante kwa kufichua uhalisia wa ulimwengu usioonekana - si kwa kutisha, bali kwa kumpa vifaa.
Tunafunga kila ufunuo alioupokea chini ya damu ya Yesu Kristo.
Roho yake iwe imejikita katika Neno Lako, moyo wake uwaka kwa upendo Wako, na sauti yake iwe tarumbeta ya

ukweli kwa kizazi chake.
Mjaze upya kwa Roho Mtakatifu.
Kila ulimi unaoinuka dhidi yake unyamazishwe; kila mpango wa giza dhidi ya kusudi lake ubatilishwe.
Mfanye, kama Emmanuel Eni, shahidi aliye hai wa nguvu Yako ya kuokoa - mchukuaji wa nuru kwa wale ambao bado wanatembea katika kivuli.
Wainue wengi kama yeye huko Italia, Ulaya, na kwingineko - wanaume na wanawake watakaobeba moto wa Injili bila woga.
Na sasa, Bwana, tunaposema "Amina" kwa sala hii, pia tunaweka wakfu kila msomaji anayeunganisha imani yao na yetu.
Waweze kutembea katika ufunuo, kupinga majaribu, kushinda mashambulizi, na kuishi katika urejesho.
Kwa jina kuu la Yesu - ***Amina.***

Francesco alijibu kwa uchangamfu:

"Amina!!! Mungu akubariki, Ndugu Balozi Jumatatu Ogbe , kulingana na neema yake isiyo na kikomo!"

Na jibu likarudi:

"Amina na amina. Mungu akubariki pia, Ndugu Francesco. Tafadhali, wakati wowote, wasiliana nasi kwa maswali au chochote ambacho Roho anaweka moyoni mwako. Nimeomba mafunuo zaidi yaje - yatatokea. Anza kuyaandika kwenye shajara; huenda yasiwe na maana kamili sasa, lakini yatatokea kwa wakati Wake, katika jina la Yesu."

Kwa Nini Tunashiriki Mazungumzo Haya

Mikutano kama hii inaonyesha jinsi uanafunzi wa kisasa unavyoonekana — kuishi, kimahusiano, kuongozwa na Roho, na kimataifa. Kupitia mazungumzo kama hayo, Mungu anainua aina mpya ya waumini wanaotambua mipango ya adui lakini wanabaki na mizizi katika Maandiko na upendo.

Mazungumzo haya si ya Italia tu; ni ya kila msomaji anayejiuliza, *"Je, Mungu bado anaweza kuzungumza na watu wa kawaida leo?"*

Ndiyo — na bado anatoa, anafundisha, na kuagiza kupitia Roho yule yule wa Ukweli.

Hadithi za Kweli za Ukombozi kwa Utawala: Ushahidi wa Kisasa na Safari ya Siku 40

Utangulizi - Nguvu Ile Ile, Bado Inafanya Kazi

Hadithi ya Emmanuel Eni inathibitisha kwamba nguvu ya Yesu Kristo ya kuokoa kutoka gizani haijafifia kadri muda unavyopita.
Kuanzia Lagos hadi London, Nairobi hadi New York, wanaume na wanawake ambao hapo awali walitii maagano ya kishetani sasa wanainua mikono yao katika ibada, wakiwa huru hatimaye. Katika kila kizazi, Mungu huinua sauti zinazorudia kilio kile kile: **"Yesu bado anaokoa."**

Masimulizi yafuatayo ya kisasa ni uthibitisho hai. Ni mafupi, mbichi, na halisi — si nadharia, bali ushuhuda.
Kila shahidi anazungumzia mlango tofauti wa kuingia utumwani — uanzishwaji wa uchawi, mikataba ya baharini, usafiri wa angani, viapo vya siri — na mlango mmoja wa kutokea: **damu ya Mwanakondoo** (Ufunuo 12:11).

1. John Ramirez – Kutoka Shetani Mwenye Cheo cha Juu hadi Mwinjilisti (Marekani)

Hapo awali alikuwa mjeshi wa vita akiongoza mapepo ya kimaeneo huko New York, John Ramirez alifanya mapatano yaliyofungwa kwa damu. Usiku mmoja, alipokuwa

akijiandaa kwa ajili ya ibada, mkono usioonekana ulimpiga chini; aliona mwanga mkali kuliko moto na kusikia, *"Nakupenda, John."*
Aliamka akiwa amebadilika milele. Leo anafundisha ukombozi duniani kote.
Maandiko: *"Mwana wa Mungu alionekana ili azivunje kazi za Ibilisi."* — 1 Yohana 3:8
Tazama: Kiungo cha YouTube | Changanua QR → *Ushuhuda wa John Ramirez*
Utangulizi wa Dominion: Hakuna agano lililo na kina kirefu sana kwa msalaba kufutwa.

2. Tailah Scroggins – Ukombozi kutoka kwa Mwenzi wa Mizimu na Roho (Marekani)

Tailah alivutiwa na "kazi ya nishati ya Enzi Mpya." Ndoto za ajabu na mume wa kiroho zilimtesa hadi kilio cha usiku wa manane: *"Yesu, ikiwa wewe ni halisi, niokoe."* Wakati uliofuata, giza lilianza; alihisi joto, kisha amani.
Leo anawaonya wengine kuhusu milango ya siri ya kichawi.
Maandiko: *"Niite siku ya mateso; nami nitakuokoa."* — Zaburi 50:15
Tazama: Kiungo cha YouTube | Changanua QR → Tathmini ya Utawala wa Ukombozi wa *Tailah Scroggins*
: Maagano yaliyofichwa huisha wakati Yesu anakuwa Bwana juu ya kila upendo.

3. Peter Hockley – Kutoroka kutoka kwa Uchawi na Utabiri wa Nyota (Uingereza)

Akiwa mchawi tangu ujana wake, Petro alikuwa stadi wa kusafiri angani. Wakati wa onyesho moja alikutana na ukuta wa moto unaong'aa — na sauti ikisema, *"Hautavuka mstari huu."* Baadaye alikutana na waumini waliomba hadi alipojisalimisha kwa Kristo.
Maandiko: *"Mungu wetu ni moto ulao."* — Waebrania 12:29
Tazama: Kiungo cha YouTube | Changanua QR → *Ushuhuda wa Peter Hockley*
Utawala wa Kuchukua: Hakuna nguvu ya angani inayoweza kuvuka moto wa Mungu.

4. Faith Karuri - Ukombozi kutoka kwa Nguvu za Baharini (Kenya)

Akiwa amekulia karibu na pwani, Faith aliota ndoto za mara kwa mara za majumba ya bahari. Wakati wa mkutano wa maombi, alipiga kelele huku minyororo isiyoonekana ikivunjika; baadaye alielezea kusikia maji yakirudi nyuma.
Maandiko: *"Aliikemea bahari na kuikausha."* — Nahumu 1: 4
Tazama: Kiungo cha YouTube | *Faith Karuri Testimony*
Dominion Takeaway: Sauti inayotuliza dhoruba pia hunyamazisha maagano ya baharini.

5. “Nilimwabudu Shetani kisha nikakutana na Yesu Gerezani” – Mtu Asiyejulikana (Marekani)

Kiongozi wa genge aliyejitolea kwa Shetani aliishia kifungoni cha upweke. Gizani, aliona mtu aliyevaa nguo nyeupe na kusikia, *“Nilikufa kwa ajili yako.”* Alilia kwa saa nyingi. Leo anaendesha huduma ya uhamasishaji gerezani.
Maandiko: *“Nijapojitandaza kuzimu, Wewe upo.”* — Zaburi 139: 8
Tazama: Kiungo cha YouTube | *Ushuhuda wa Ukombozi Gerezani*
Utawala wa Domining: Neema inaweza kufikia shimo la chini kabisa.

6. Freemason wa Zamani – Kuvunja Maagano na Viapo vya Siri

Mwanachama mwandamizi wa nyumba ya wageni alianza kupoteza amani baada ya miaka mingi ya viapo vya kitamaduni. Akisoma Mathayo 5:34 — “Usiape hata kidogo” — alikana kila kiapo kwa sauti na kuhisi kitu kikiinuka kutoka kifuani mwake. Sasa anawafundisha wengine kubadilisha viapo na agano katika Kristo.
Maandiko: *"Huwezi kuwatumikia mabwana wawili."* — Mathayo 6: 24
Tazama: Tafuta YouTube → *Ushuhuda wa Zamani wa Freemason Ukombozi (mitazamo 1 +)* | Changanua QR →
Mwongozo wa Utawala *wa Freemason Ukombozi :*
Kila kiapo cha siri huinama kwa jina la Yesu.

7. Ama Boateng – Kijana Aliyeokolewa kutoka kwa Mwenzi wa Roho (Ghana)

Akiwa na umri wa miaka kumi na tano, Ama alipatwa na ndoto mbaya na mashambulizi yasiyoonekana. Wakati wa mapumziko ya vijana, ibada ilipoongezeka, alianguka, akipiga kelele, *"Niache!"* Dakika chache baadaye alikuwa huru.

Maandiko: *"Ambaye Mwana humwachilia huru ni huru kweli kweli."* — Yohana 8: 36

Tazama: Tafuta YouTube → *Kijana Aliyeokolewa kutoka kwa Mwenzi wa Roho Ghana (mitazamo 1 +)* | Changanua QR → *Ama Boateng Ukombozi*

Dominion Takeaway: Usafi huanza wakati minyororo iliyofichwa inapovunjika mbele za Mungu.

Sauti hizi ni mashahidi — uthibitisho kwamba ukombozi wa Emmanuel Eni ni sehemu ya hadithi kubwa na inayoendelea: ushindi wa kimataifa wa Yesu Kristo dhidi ya giza.

Jinsi ya Kushiriki au Kushiriki Ushuhuda Wako

"Nenda nyumbani kwa rafiki zako, ukawaambie mambo makuu aliyokutendea Bwana, na jinsi alivyokurehemu." — Marko 5:19

Hadithi ya Emmanuel Amos Eni imewaamsha mamilioni ya watu kwenye uhalisia wa ulimwengu usioonekana na ukuu wa Yesu Kristo.
Sasa ni zamu yako — kutembea katika ukweli, kushuhudia nguvu Zake, na kuwasaidia wengine kujitenga.

Hivi ndivyo unavyoweza kuchukua hatua inayofuata

1. Shiriki Ushuhuda Wako

Je, umewahi kupata ukombozi, uponyaji, au kuamka kiroho baada ya kusoma kitabu hiki?
Tungependa kusikia hadithi yako.

Barua pepe: ambassador@otakada.org
WhatsApp (Moja kwa moja): +1 804 778 2759 (Marekani) | +234 803 283 5348 (Nigeria)
Tuma Mtandaoni: https://www.otakada.org/contact-us-otakada/

Ushuhuda wako unawaimarisha wengine na kuwanyamazisha adui (Ufunuo 12:11). Wengi wamevuviwa kwa Kristo kwa kusoma hadithi kama zako.

2. Jiunge na Safari ya Siku 40 ya Uanafunzi Duniani

Ikiwa kitabu hiki kilikuchochea, tunakualika uchukue hatua inayofuata — safari ya mabadiliko ya siku 40 iliyopangwa yenye kichwa:
"Kutoka Gizani hadi Utawala: Siku 40 za Kujitenga na Mtego Uliofichwa wa Giza."

Safari hii itakuongoza kupitia:
Masomo na tafakari za Biblia za kila siku Maombi ya ukombozi na matamko ya kinabii Hatua za Uponyaji na Urejesho Vipengele vya vitendo vya vitendo kwa watu binafsi, familia, na mataifa

Anza safari yako hapa:

KUTOKA GIZANI HADI KUTAWALA: Siku 40 za Kujitenga na Mshiko Uliofichwa wa Giza

–

Ibada ya Kimataifa ya Uelewa, Ukombozi na Nguvu - Kwa Watu Binafsi, Familia, na Mataifa Yaliyo Tayari Kuwa Huru

Karatasi iliyoandikwa kwa karatasi

https://shop.ingramspark.com/b/084?params=aVgp21QfwJxNAnkfMxIQ0yejuFCVY12KFr978SRkZUD

Amazon - https://www.amazon.com/DARKNESS-DOMINION-Devotional-Awareness-Deliverance-ebook/dp/B0FLDH2Y67

3. Jiunge na Jumuiya ya Walinzi Duniani

Huna haja ya kutembea peke yako. Jiunge na mojawapo ya jumuiya zetu zinazowezesha kukua, kuomba, na kutumikia pamoja na waumini kote ulimwenguni.

Jiunge kupitia:

- Facebook - *Jumuiya ya Maombezi ya Harakati Milioni 10*
- WhatsApp - *Jumuiya ya GEM 1 na 2*
- Telegramu - *Ufuasi wa Shule ya Roho Mtakatifu*

Kila jumuiya imeundwa ili kukusaidia kujenga urafiki wa karibu na Roho Mtakatifu, kugundua vipawa vyako, na kutembea katika ushindi.

4. Kuunga mkono Misheni

Usaidizi wako unatusaidia kudumisha ujumbe huu na kufikia mataifa mengi zaidi.
Unaweza kushirikiana nasi kupitia maombi, kutoa, au kushiriki kitabu hiki na wengine.

Ushirikiano na Utoaji:
https://www.otakada.org/partnership

Kila mbegu unayopanda hutusaidia:

- Tafsiri na usambaze kitabu hiki duniani kote
- Toa nyenzo za uanafunzi katika lugha nyingi
- Saidia huduma za uponyaji, ukombozi, na urejesho

5. Endelea Kuunganishwa na Endelea Kukua

Tufuate kwa mafundisho, ushuhuda, na filamu zilizoongozwa na matukio ya ukombozi wa kweli:

YouTube:

- Huduma za Mungu za Eagle Channel Kuu
- Balozi Monday O. Ogbe Channel

Nunua Vitabu:
https://shop.otakada.org

Tovuti:
https://www.otakada.org

Neno la Mwisho

Kila ushuhuda ni mwendelezo wa hadithi ya Emmanuel Eni — mnyororo wa nuru unaopenya gizani.
Ikiwa Mungu ameanza kufungua macho yako, usiishie hapa. Acha Roho wa Ukweli akuongoze katika uhuru na nguvu kamili.

"Ondoka, uangaze; kwa kuwa nuru yako imekuja, na utukufu wa Bwana umekuzukia." — Isaya 60:1

Shalom,
Balozi Jumatatu O. Ogbe (Zacharias Godseagle)

Kwa Timu ya Wahariri, Huduma za God's Eagle (GEM)
ambassador@otakada.org | www.otakada.org

Jinsi ya Kuzaliwa Mara ya Pili na Kuanza Maisha Mapya na Kristo

Labda umewahi kutembea na Yesu hapo awali, au labda umekutana naye tu katika siku hizi 40. Lakini hivi sasa, kuna kitu ndani yako kinachosisimka.

Uko tayari kwa zaidi ya dini.
Uko tayari kwa **uhusiano** .
Uko tayari kusema, "Yesu, nakuhitaji."

Huu ndio ukweli:

"Kwa maana kila mtu ametenda dhambi; sote tumepungukiwa na kiwango cha utukufu wa Mungu ... lakini Mungu, kwa neema yake, hutufanya tuwe waadilifu kwa uhuru mbele zake."
— Warumi 3:23-24 (NLT)

Huwezi kupata wokovu.
Huwezi kujirekebisha. Lakini Yesu tayari amelipa gharama kamili — na anasubiri kukukaribisha nyumbani.

Jinsi ya Kuzaliwa Mara ya Pili

Kuzaliwa mara ya pili kunamaanisha kusalimisha maisha yako kwa Yesu — kukubali msamaha wake, kuamini kwamba alikufa na kufufuka tena, na kumpokea kama Bwana na Mwokozi wako.

Ni rahisi. Ina nguvu. Inabadilisha kila kitu.

Omba Hili Kwa Sauti:

"Bwana Yesu, naamini Wewe ni Mwana wa Mungu. Ninaamini ulikufa kwa ajili ya dhambi zangu na kufufuka tena. Ninakiri kwamba nimetenda dhambi na ninahitaji msamaha wako. Leo, ninatubu na kugeuka kutoka kwa njia zangu za zamani. Ninakualika katika maisha yangu ili uwe Bwana na Mwokozi wangu. Nioshe safi. Nijaze na Roho wako. Ninatangaza kwamba nimezaliwa mara ya pili, nimesamehewa, na nimeachiliwa. Kuanzia leo na kuendelea, nitakufuata - nami nitaishi katika nyayo zako. Asante kwa kuniokoa. Kwa jina la Yesu, amina."

Hatua Zinazofuata Baada ya Wokovu

1. **Mwambie Mtu** - Shiriki uamuzi wako na mwamini unayemwamini.
2. **Tafuta Kanisa Linalotegemea Biblia** – Jiunge na jumuiya inayofundisha Neno la Mungu na kuliishi. Tembelea huduma za God's Eagle mtandaoni kupitia https://www.otakada.org au https://chat.whatsapp.com/H67spSun32DDTma8TLh0ov
3. **Batizwa** - Chukua hatua inayofuata kutangaza imani yako hadharani.
4. **Soma Biblia Kila Siku** - Anza na Injili ya Yohana.
5. **Omba Kila Siku** - Zungumza na Mungu kama rafiki na Baba.
6. **Endelea Kuunganishwa** - Jiunge na watu wanaokuhimiza kutembea kwako mpya.

7. **Anza Mchakato wa Ufuasi ndani ya jamii** - Jenga uhusiano wa mtu mmoja na Yesu Kristo kupitia viungo hivi

Ufuasi wa siku 40 1 - https://www.otakada.org/get-free-40-days-online-discipleship-course-in-a-journey-with-jesus/

40 Ufuasi 2 - https://www.otakada.org/get-free-40-days-dna-of-discipleship-journey-with-jesus-series-2/

Wakati Wangu wa Wokovu

Tarehe : ______________________________

Saini : ____________________

"Mtu akiwa ndani ya Kristo, amekuwa kiumbe kipya; ya kale yamepita, mapya yamekuja!"
— 2 Wakorintho 5:17

Cheti cha Maisha Mapya katika Kristo

Tamko la Wokovu - Kuzaliwa Mara ya Pili kwa Neema

Hii inathibitisha kwamba

____

(Jina Kamili)

ametangaza hadharani **imani katika Yesu Kristo** kama Bwana na Mwokozi na amepokea zawadi ya bure ya wokovu kupitia kifo na ufufuo wake.

"Ukikiri waziwazi kwamba Yesu ni Bwana na kuamini moyoni mwako kwamba Mungu alimfufua kutoka kwa wafu, utaokoka."
— Warumi 10:9 (NLT)

Siku hii, mbingu hufurahi na safari mpya huanza.

Tarehe ya Uamuzi : ____________________________

Saini : __________________________________

Tamko la Wokovu

"Leo, najisalimisha maisha yangu kwa Yesu Kristo. Ninaamini alikufa kwa ajili ya dhambi zangu na kufufuka tena. Ninampokea kama Bwana na Mwokozi wangu. Nimesamehewa, nimezaliwa mara ya pili, na kufanywa mpya. Kuanzia wakati huu na kuendelea, nitatembea katika hatua zake."

Karibu katika Familia ya Mungu!

Jina lako limeandikwa katika Kitabu cha Uzima cha Mwanakondoo.
Hadithi yako inaanza tu — na ni ya milele.

UNGANA NA HUDUMA ZA MUNGU ZA EAGLE

- Tovuti: www.otakada.org
- Mfululizo wa Utajiri Zaidi ya Wasiwasi: www.wealthbeyondworryseries.com
- Barua pepe: ambassador@otakada.org

- **Unga mkono kazi hii:**

Saidia miradi ya ufalme, misheni, na rasilimali za kimataifa za bure kupitia utoaji unaoongozwa na agano.

Changanua Msimbo wa QR ili Utoe

https://tithe.ly/give?c=308311

Ukarimu wako unatusaidia kufikia roho zaidi, kutafsiri rasilimali, kuwasaidia wamisionari, na kujenga mifumo ya uanafunzi duniani kote. Asante!

Give in the Spirit of Luke 6:38

3. Jiunge na Jumuiya Yetu ya Agano la WhatsApp

Pokea masasisho, maudhui ya ibada, na ungana na waumini wanaozingatia agano duniani kote.

Changanua ili Ujiunge

https://chat.whatsapp.com/H67spSun32DDTma8TLh0ov

VITABU NA RASILIMALI ZINAZOPENDEKEZWA

Kwa Nini Ukombozi Hushindwa — na Jinsi Moto wa Mungu Unavyorejesha Nafsi: Matamko 40 ya Kila Siku kwa Ukombozi wa Pande Zote

Agiza Karatasi ya Kurudishia kupitia kiungo hiki - https://shop.ingramspark.com/b/084?params=hRHuHyigdcnVpGc9hy9gNCOQLuCHt8ReHNPx1l1xWbZ

Kitabu pepe kwenye Amazon - https://www.amazon.com/Why-Deliverance-Fails-Declarations-All-Round-ebook/dp/B0FW74L4G4

Msimbo wa QR –

Kuokolewa Lakini Kupotea – Mwongofu Asiyefunzwa – kutafsiriwa katika lugha 25

Karatasi iliyoandikwa kwa karatasi

https://shop.ingramspark.com/b/084?params=iYNB6S3PLMfREpm0jMM15bMe3BvWlkjcYyLYnHVGAds

Kitabu pepe - https://www.amazon.com/SAVED-BUT-LOST-UNDISCIPLED-heartbreak-ebook/dp/B0FVJ29DF7

SIKU 7 ZA VITA VYA KIROHO NA KUPONA - hii ni Sehemu ya 1

Kumfunga Adui, Kurudisha Mishale Mara Saba, na Kurejesha Hatima Yako

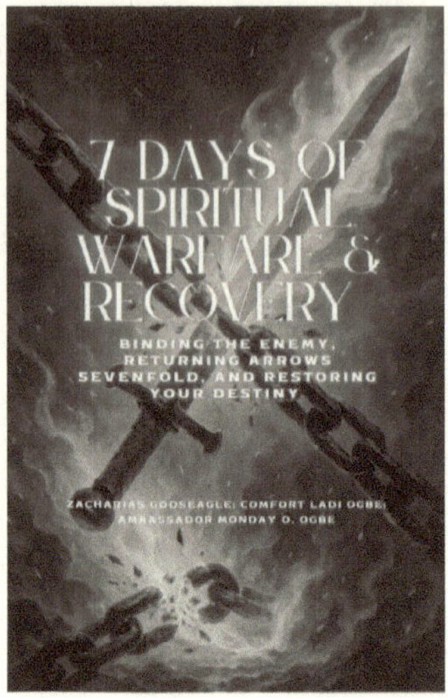

https://shop.ingramspark.com/b/084?params=8mPzqUl73Ex7uPyeO7ydyt8EGkkB6u2gX1jZvWU8j1C

Kiungo cha kitabu cha kielektroniki - https://www.amazon.com/DAYS-SPIRITUAL-WARFARE-RECOVERY-Returning-ebook/dp/B0FMPJM5KZ

SIKU 7 ZA VITA VYA KIROHO NA KUPONA - Sehemu ya 2 - Kufunga Ushindi, Kuvunja Uovu wa Kaya, na Kuhifadhi Hatima Yako Iliyorejeshwa

Karatasi iliyorudishwa - https://shop.ingramspark.com/b/084?params=LkpNmGSsApHhWhiSO7bW3wFmcXQKIO4ZEBeSbP5rL1S

Kitabu cha kielektroniki - https://www.amazon.com/DAYS-SPIRITUAL-WARFARE-RECOVERY-Wickedness-ebook/dp/B0FR9YCMY8

KUTOKA GIZANI HADI KUTAWALA: Siku 40 za Kujitenga na Mshiko Uliofichwa wa Giza

–

Ibada ya Kimataifa ya Uelewa, Ukombozi na Nguvu - Kwa Watu Binafsi, Familia, na Mataifa Yaliyo Tayari Kuwa Huru

Karatasi iliyoandikwa kwa karatasi

https://shop.ingramspark.com/b/084?params=aVgp21QfwJxNAnkfMxIQ0yejuFCVY12KFr978SRkZUD

Amazon - https://www.amazon.com/DARKNESS-DOMINION-Devotional-Awareness-Deliverance-ebook/dp/B0FLDH2Y67

- *Kuokolewa kutoka kwa Nguvu za Giza* (Kitabu cha Karatasi) — Nunua Hapa | Kitabu pepe kwenye Amazon

  - Mapitio Bora kutoka Marekani:

- **Mteja wa Kindle** : "Kitabu Bora Zaidi cha Kikristo Kuwahi Kusomwa!" (Nyota 5)

Yesu asifiwe kwa ushuhuda huu. Nimebarikiwa sana na ningependekeza kila mtu asome kitabu hiki... Kwa maana mshahara wa dhambi ni mauti, lakini karama ya Mungu ni uzima wa milele. Shalom! Shalom!

- **Da Gster** : "Hiki ni kitabu cha kuvutia sana na cha ajabu." (Nyota 5)

Ikiwa yaliyosemwa katika kitabu ni kweli basi tuko nyuma sana katika kile ambacho adui anaweza kufanya! ... Lazima kwa yeyote anayetaka kujifunza kuhusu vita vya kiroho.

- **Visa** : "Napenda kitabu hiki" (nyota 5)

Hii ni njia ya kufungua macho... ungamo la kweli... Hivi majuzi nimekuwa nikiitafuta kila mahali ili kuinunua. Nimefurahi sana kuipata kutoka Amazon.

- **FrankJM** : "Tofauti kabisa" (nyota 4)

Kitabu hiki kinanikumbusha jinsi vita vya kiroho vilivyo halisi. Pia kinanikumbusha sababu ya kuvaa "Silaha Kamili za Mungu."

- **JenJen** : "Kila mtu anayetaka kwenda Mbinguni - soma hii!" (Nyota 5)

Kitabu hiki kilibadilisha maisha yangu sana. Pamoja na ushuhuda wa John Ramirez, kitakufanya uangalie imani yako tofauti. Nimekisoma mara 6!

- *Mshetani wa Zamani: The James Exchange* (Paperback) — Nunua Hapa | Kitabu pepe kwenye Amazon

- ***USHUHUDA WA MWANZO WA ZAMANI WA KISHETANI MWafrika*** *- Mchungaji JONAS LUKUNTU MPALA* (Kitabu cha Karatasi) — Nunua Hapa | Kitabu pepe kwenye Amazon

- *Greater Exploits 14* (Kitabu cha Karatasi) — Nunua Hapa | Kitabu pepe kwenye Amazon

- *Kutoka kwenye Cauldron ya Ibilisi* na John Ramirez — Inapatikana kwenye Amazon
- *Alikuja Kuwaweka Wafungwa Huru* na Rebecca Brown — Tafuta kwenye Amazon

Vitabu vingine vilivyochapishwa na mwandishi - Zaidi ya vitabu 1000

Kupendwa, Kuchaguliwa na Kukamilika : Safari ya Siku 30 kutoka Kukataliwa hadi **Urejesho** iliyotafsiriwa katika lugha 40 za dunia

https://www.amazon.com/Loved-Chosen-Whole-Rejection-Restoration-ebook/dp/B0F9VSD8WL

https://shop.ingramspark.com/b/084?params=xga0WR16muFUwCoeMUBHQ6HwYjddLGpugQHb3DVa5hE

Katika Hatua Zake — Changamoto ya Siku 40 ya Vita vya Kwanza vya Dunia:

Kuishi Kama Yesu katika Hadithi za Maisha Halisi Kote Duniani

https://www.amazon.com/His-Steps-Challenge-Real-Life-Stories-ebook/dp/B0FCYTL5MG

https://shop.ingramspark.com/b/084?params=DuNTWS59IbkvSKtGFbCbEFdv3Zg0FaITUEvlK49yLzB

YESU MLANGONI:

Hadithi 40 za Kuvunja Moyo na Onyo la Mwisho la Mbinguni kwa Makanisa ya Leo

https://www.amazon.com/dp/B0FDX31L9F

https://shop.ingramspark.com/b/084?params=TpdA5j8WP
vw83glJ12N1B3nf8LQte2a1lIEy32bHcGg

JESUS AT THE DOOR
40
HEARTBREAKING
STORIES AND
HEAVEN'S FINAL
WARNING TO
TODAY'S
CHURCHES
ZACHARIAS GODSEAGLE,
COMFORT LADI OGBE,
AMBASSADOR MONDAY O. OGBE

MAISHA YA AGANO: Siku 40 za Kutembea katika Baraka ya Kumbukumbu la Torati 28

- https://www.amazon.com/dp/B0FFJCLDB5

Hadithi kutoka kwa Watu Halisi, Utiifu Halisi, na Halisi

https://shop.ingramspark.com/b/084?params=bH3pzfz1zdCOLpbs7tZYJNYgGcYfU32VMz3J3a4e2Qt

Mabadiliko katika lugha zaidi ya 20

KUMJUA NA KUMJUA:

Siku 40 za Uponyaji, Uelewa, na Upendo wa Kudumu

https://www.amazon.com/KNOWING-HER-HIM-Healing-Understanding-ebook/dp/B0FGC4V3D9

https://shop.ingramspark.com/b/084?params=vC6KCLol7Nnum24BVmBtSme9i6k59p3oynaZOY4B9Rd

KAMILI, SI KUSHINDANA:

Safari ya Siku 40 kuelekea Kusudi, Umoja, na Ushirikiano

https://shop.ingramspark.com/b/084?params=5E4v1tHgeTqOOuEtfTYUzZDzLyXLee30cqYo0Ov9941

https://www.amazon.com/COMPLETE-NOT-COMPETE-Journey-Collaboration-ebook/dp/B0FGGL1XSQ/

MSIMBO WA AFYA WA KIMUNGU - Funguo 40 za Kila Siku za Kuamsha Uponyaji Kupitia Neno la Mungu na Uumbaji Kufungua Nguvu ya Uponyaji ya Mimea, Maombi, na Matendo ya Kinabii

https://shop.ingramspark.com/b/084?params=xkZMrYcEHnrJDhe1wuHHWixZDViiArCeJ6PbNMTbTux

https://www.amazon.com/dp/B0FHJT42TK

Vitabu vingine vinaweza kupatikana kwenye ukurasa wa mwandishi https://www.amazon.com/stores/Ambassador-Monday-O.-Ogbe/author/B07MSBPFNX

www.ingramcontent.com/pod-product-compliance
Lightning Source LLC
LaVergne TN
LVHW042050051026
849517LV00012B/641